TRANZLATY

El idioma es para todos

Tungumál er fyrir alla

El Manifiesto Comunista

Kommúnistastefnuna

Karl Marx
&
Friedrich Engels

Español / Íslenska

Copyright © 2025 Tranzlaty
All rights reserved.
Published by Tranzlaty
ISBN: 978-1-80572-430-8
Original text by Karl Marx and Friedrich Engels
The Communist Manifesto
First published in 1848
www.tranzlaty.com

Introducción
Kynning

Un fantasma acecha a Europa: el fantasma del comunismo

Draugur ásækir Evrópu - vofa kommúnismans

Todas las potencias de la vieja Europa han entrado en una santa alianza para exorcizar este fantasma

Öll stórveldi gömlu Evrópu hafa gengið í heilagt bandalag til að reka þessa vofu út

El Papa y el Zar, Metternich y Guizot, los radicales franceses y los espías de la policía alemana

Páfi og tsar, Metternich og Guizot, franskir róttæklingar og þýskir lögreglunjósnarar

¿Dónde está el partido en la oposición que no ha sido tachado de comunista por sus adversarios en el poder?

Hvar er sá flokkur sem er í stjórnarandstöðu sem ekki hefur verið fordæmdur sem kommúnískur af andstæðingum sínum við völd?

¿Dónde está la Oposición que no haya devuelto el reproche de marca al comunismo contra los partidos de oposición más avanzados?

Hvar er sú stjórnarandstaða sem hefur ekki varpað til baka ávirðingum kommúnismans, gegn framsæknari stjórnarandstöðuflokkum?

¿Y dónde está el partido que no ha hecho la acusación contra sus adversarios reaccionarios?

Og hvar er sá flokkur sem hefur ekki sett fram ásakanir á hendur afturhaldssömum andstæðingum sínum?

Dos cosas resultan de este hecho

Tvennt leiðir af þessari staðreynd

I. El comunismo es ya reconocido por todas las potencias europeas como una potencia en sí misma

I. Kommúnismi er þegar viðurkenndur af öllum evrópskum stórveldum að vera sjálfur stórveldi

II. Ya es hora de que los comunistas publiquen abiertamente, a la vista de todo el mundo, sus puntos de vista, sus objetivos y sus tendencias

II. Það er kominn tími til að kommúnistar birti opinberlega, andspænis öllum heiminum, skoðanir sínar, markmið og tilhneigingar

deben hacer frente a este cuento infantil del Espectro del Comunismo con un Manifiesto del propio partido

þeir verða að mæta þessari barnasögu um vofu kommúnismans með stefnuskrá flokksins sjálfs

Con este fin, comunistas de diversas nacionalidades se han reunido en Londres y han esbozado el siguiente Manifiesto

Í þessu skyni hafa kommúnistar af ýmsum þjóðernum safnast saman í London og teiknað eftirfarandi stefnuskrá

El presente manifiesto se publicará en inglés, francés, alemán, italiano, flamenco y danés

Yfirlýsing þessi verður gefin út á ensku, frönsku, þýsku, ítölsku, flæmsku og dönsku

Y ahora se publicará en todos los idiomas que ofrece Tranzlaty

Og nú á að gefa það út á öllum þeim tungumálum sem Tranzlaty býður upp á

La burguesía y los proletarios
Borgarastétin og öreigarnir
La historia de todas las sociedades existentes hasta ahora es la historia de las luchas de clases
Saga allra samfélaga sem hingað til hafa verið til er saga stéttabaráttu
Hombre libre y esclavo, patricio y plebeyo, señor y siervo, maestro de gremio y oficial
Frjáls maður og þræll, ættfaðir og plebei, herra og þjónn, gildameistari og sveinn
en una palabra, opresor y oprimido
í einu orði sagt, kúgari og kúgaður
Estas clases sociales estaban en constante oposición entre sí
þessar þjóðfélagsstéttir stóðu í stöðugri andstöðu hver við aðra
Llevaron a cabo una lucha ininterrumpida. Ahora oculto, ahora abierto
þeir héldu áfram samfelldri baráttu. Nú falið, nú opið
una lucha que terminó en una reconstitución revolucionaria de la sociedad en general
baráttu sem annað hvort endaði með byltingarkenndri endurskipulagningu samfélagsins í heild
o una lucha que terminó en la ruina común de las clases contendientes
eða bardaga sem endaði með sameiginlegri eyðileggingu stéttanna sem deildu um
Echemos la vista atrás a las épocas anteriores de la historia
Lítum til baka til fyrri tímaskeiða sögunnar
Encontramos casi en todas partes una complicada organización de la sociedad en varios órdenes
Við finnum næstum alls staðar flókið skipulag samfélagsins í ýmsar skipanir
Siempre ha habido una múltiple gradación de rango social
það hefur alltaf verið margvísleg stigbreyting á félagslegri stöðu

En la antigua Roma tenemos patricios, caballeros, plebeyos, esclavos

Í Róm til forna höfum við feðra, riddara, plebeia, þræla

en la Edad Media: señores feudales, vasallos, maestros de gremios, oficiales, aprendices, siervos

á miðöldum: lénsherrar, hermenn, gildismeistarar, sveinar, lærlingar, þrælar

En casi todas estas clases, de nuevo, las gradaciones subordinadas

í næstum öllum þessum flokkum, aftur, víkjandi stigskiptingar

La sociedad burguesa moderna ha brotado de las ruinas de la sociedad feudal

Nútíma borgarastéttarsamfélag hefur sprottið upp úr rústum lénssamfélagsins

Pero este nuevo orden social no ha eliminado los antagonismos de clase

en þessi nýja þjóðfélagsskipan hefur ekki útrýmt stéttaandstæðum

No ha hecho más que establecer nuevas clases y nuevas condiciones de opresión

Það hefur aðeins komið á nýjum stéttum og nýjum kúgunarskilyrðum

Ha establecido nuevas formas de lucha en lugar de las antiguas

það hefur komið á nýjum baráttuformum í stað þeirra gömlu

Sin embargo, la época en la que nos encontramos posee un rasgo distintivo

Hins vegar býr tímabilið sem við erum á yfir sér eitt sérkenni

la época de la burguesía ha simplificado los antagonismos de clase

tímabil borgarastéttarinnar hefur einfaldað stéttaandstæðurnar

La sociedad en su conjunto se divide cada vez más en dos grandes campos hostiles

Samfélagið í heild er meira og meira að klofna í tvær stórar fjandsamlegar fylkingar

dos grandes clases sociales enfrentadas directamente: la burguesía y el proletariado

tvær stórar þjóðfélagsstéttir beint andspænis hvor annarri: Borgarastétt og verkalýður

De los siervos de la Edad Media surgieron los burgueses de las primeras ciudades

Frá þrælum miðalda spruttu löggiltir borgarar elstu bæjanna

A partir de estos burgueses se desarrollaron los primeros elementos de la burguesía

Frá þessum borgarafundum þróuðust fyrstu þættir borgarastéttarinnar

El descubrimiento de América y el doblamiento del Cabo

Uppgötvun Ameríku og umferð Höfða

estos acontecimientos abrieron un nuevo terreno para la burguesía en ascenso

þessir atburðir opnuðu nýjan jarðveg fyrir hina rísandi borgarastétt

Los mercados de las Indias Orientales y China, la colonización de América, el comercio con las colonias

Austur-indverskir og kínverskir markaðir, nýlenduveldi Ameríku, viðskipti við nýlendurnar

el aumento de los medios de cambio y de las mercancías en general

Aukning á gjaldmiðlum og vöru almennt

Estos acontecimientos dieron al comercio, a la navegación y a la industria un impulso nunca antes conocido

þessir atburðir gáfu verslun, siglingum og iðnaði hvata sem aldrei áður hafði þekkst

Dio un rápido desarrollo al elemento revolucionario en la tambaleante sociedad feudal

það gaf byltingarþættinum í hinu hrörlega feudal samfélagi hraða þróun

Los gremios cerrados habían monopolizado el sistema feudal de producción industrial

lokuð guild höfðu einokað feudal kerfi iðnaðarframleiðslu

Pero esto ya no bastaba para satisfacer las crecientes necesidades de los nuevos mercados

en það dugði ekki lengur til vaxandi þarfa hinna nýju markaða

El sistema manufacturero sustituyó al sistema feudal de la industria

Framleiðslukerfið kom í stað feudal iðnaðarkerfisins

Los maestros de gremio fueron empujados a un lado por la clase media manufacturera

Guild-meistaranum var ýtt til hliðar af miðstéttinni í framleiðslu

La división del trabajo entre los diferentes gremios corporativos desapareció

Verkaskipting milli hinna ýmsu fyrirtækjafélaga hvarf

La división del trabajo penetraba en cada uno de los talleres

verkaskiptingin smeygði sér inn í hvert einasta verkstæði

Mientras tanto, los mercados seguían creciendo y la demanda seguía aumentando

Á meðan héldu markaðir áfram að vaxa og eftirspurnin sífellt vaxandi

Ni siquiera las fábricas bastaban para satisfacer las demandas

Jafnvel verksmiðjur dugðu ekki lengur til að mæta kröfunum

A partir de entonces, el vapor y la maquinaria revolucionaron la producción industrial

Í kjölfarið gjörbylti gufa og vélar iðnaðarframleiðslu

El lugar de la manufactura fue ocupado por el gigante, la Industria Moderna

Framleiðslustaðurinn var tekinn af risastóru, nútíma iðnaði

El lugar de la clase media industrial fue ocupado por millonarios industriales

Sæti iðnaðarmillistéttarinnar var tekið af iðnaðarmilljónamæringum

el lugar de los jefes de ejércitos industriales enteros fue ocupado por la burguesía moderna

stöðu leiðtoga heilla iðnaðarherja var tekin af nútíma
borgarastétt
**el descubrimiento de América allanó el camino para que la
industria moderna estableciera el mercado mundial**
uppgötvun Ameríku ruddi brautina fyrir nútíma iðnað til að
koma á heimsmarkaði
**Este mercado dio un inmenso desarrollo al comercio, la
navegación y la comunicación por tierra**
Þessi markaður gaf gríðarlega þróun í viðskiptum, siglingum
og samskiptum á landi
**Este desarrollo ha repercutido, en su momento, en la
extensión de la industria**
Þessi þróun hefur á sínum tíma haft áhrif á útbreiðslu
iðnaðarins
**Reaccionó en proporción a cómo se extendía la industria, y
cómo se extendían el comercio, la navegación y los
ferrocarriles**
það brást við í réttu hlutfalli við það hvernig iðnaðurinn
stækkaði og hvernig verslun, siglingar og járnbrautir
breiddust út
**en la misma proporción en que la burguesía se desarrolló,
aumentó su capital**
í sama hlutfalli og borgarastéttin þróaðist, juku þeir fjármagn
sitt
**y la burguesía relegó a un segundo plano a todas las clases
heredadas de la Edad Media**
og borgarastéttin ýtti öllum stéttum frá miðöldum í
bakgrunninn
**por lo tanto, la burguesía moderna es en sí misma el
producto de un largo curso de desarrollo**
þess vegna er nútíma borgarastétt sjálf afrakstur langrar
þróunar
**Vemos que es una serie de revoluciones en los modos de
producción y de intercambio**
við sjáum að þetta er röð byltinga í framleiðslu- og
skiptiháttum

Cada paso de la burguesía desarrollista iba acompañado de un avance político correspondiente
Hverju skrefi þróunarborgarastéttarinnar fylgdu samsvarandi pólitískar framfarir
Una clase oprimida bajo el dominio de la nobleza feudal
Kúguð stétt undir stjórn lénsaðalsmanna
una asociación armada y autónoma en la comuna medieval
vopnað og sjálfstjórnarfélag í miðaldakommúnunni
aquí, una república urbana independiente (como en Italia y Alemania)
hér sjálfstætt borgarlýðveldi (eins og á Ítalíu og Þýskalandi)
allí, un "tercer estado" imponible de la monarquía (como en Francia)
þar, skattskyld "þriðja ríki" konungsveldisins (eins og í Frakklandi)
posteriormente, en el período de fabricación propiamente dicho
eftir það, á eiginlegu framleiðslutímabili
la burguesía servía a la monarquía semifeudal o a la monarquía absoluta
borgarastéttin þjónaði annað hvort hálf-feudal eða algjöru konungsveldinu
o la burguesía actuaba como contrapeso contra la nobleza
eða borgarastéttin virkaði sem mótvægi gegn aðalsmönnum
y, de hecho, la burguesía era una piedra angular de las grandes monarquías en general
og í raun var borgarastéttin hornsteinn stórveldanna almennt
pero la industria moderna y el mercado mundial se establecieron desde entonces
en nútímaiðnaðurinn og heimsmarkaðurinn hefur fest sig í sessi síðan
y la burguesía ha conquistado para sí el dominio político exclusivo
og borgarastéttin hefur sigrað sér pólitísk völd
logró esta influencia política a través del Estado representativo moderno

það náði þessum pólitísku yfirráðum í gegnum nútíma
fulltrúaríki

**Los ejecutivos del Estado moderno no son más que un
comité de gestión**

Framkvæmdastjórar nútímaríkisins eru aðeins
stjórnunarnefnd

y manejan los asuntos comunes de toda la burguesía

og þeir stjórna sameiginlegum málefnum allrar
borgarastéttarinnar

**La burguesía, históricamente, ha desempeñado un papel
muy revolucionario**

Borgarastéttin hefur sögulega gegnt byltingarkenndu
hlutverki

**Dondequiera que se impuso, puso fin a todas las relaciones
feudales, patriarcales e idílicas**

Hvar sem það náði yfirhöndinni, batt það enda á öll léns-,
feðraveldis- og friðsæl samskipti

**Ha roto sin piedad los abigarrados lazos feudales que unían
al hombre con sus "superiores naturales"**

Það hefur miskunnarlaust slitið í sundur þau brotakenndu
lénsbönd sem bundu manninn við "náttúrulega yfirmenn" sína

**y no ha dejado ningún nexo entre el hombre y el hombre,
más allá del puro interés propio**

og hún hefur ekki skilið eftir nein tengsl milli manns og
manns, önnur en nakin eiginhagsmunatengsl

**Las relaciones del hombre entre sí se han convertido en nada
más que un cruel "pago en efectivo"**

Samskipti mannsins sín á milli eru orðin að öðru en
kaldranalegri "peningagreiðslu"

Ha ahogado los éxtasis más celestiales del fervor religioso

Það hefur drekkt himneskri alsælu trúareldmóðs

**ha ahogado el entusiasmo caballeresco y el sentimentalismo
filisteo**

það hefur drekkt riddaralegum eldmóði og tilfinningasemi
filistea

ha ahogado estas cosas en el agua helada del cálculo egoísta

það hefur drekkt þessum hlutum í ísköldu vatni sjálfhverfra útreikninga

Ha resuelto el valor personal en valor de cambio

Það hefur leyst persónulegt virði í skiptanlegt verðmæti

Ha sustituido a las innumerables e imprescriptibles libertades estatutarias

það hefur komið í stað óteljandi og óumflýjanlegs lögbundins frelsis

y ha establecido una libertad única e inconcebible; Libre cambio

og það hefur komið á einu, samviskulausu frelsi; Fríverslun

En una palabra, lo ha hecho para la explotación

Í einu orði sagt, það hefur gert þetta til arðráns

explotación velada por ilusiones religiosas y políticas

arðrán hulið trúarlegum og pólitískum blekkingum

explotación velada por una explotación desnuda, desvergonzada, directa, brutal

Arðrán hulin naktri, blygðunarlausri, beinni og hrottalegri misnotkun

la burguesía ha despojado de la aureola a todas las ocupaciones anteriormente honradas y veneradas

borgarastéttin hefur svipt geislabaug af öllum áður virtum og virtum störfum

el médico, el abogado, el sacerdote, el poeta y el hombre de ciencia

læknirinn, lögfræðingurinn, presturinn, skáldið og vísindamaðurinn

Ha convertido a estos distinguidos trabajadores en sus trabajadores asalariados

það hefur breytt þessum virtu verkamönnum í launaða launamenn sína

La burguesía ha rasgado el velo sentimental de la familia

Borgarastéttin hefur rifið tilfinningablæjuna af fjölskyldunni

y ha reducido la relación familiar a una mera relación monetaria

og það hefur minnkað fjölskyldutengslin niður í peningatengsl

el brutal despliegue de vigor en la Edad Media que tanto admiran los reaccionarios

hrottalega sýning á þrótti á miðöldum sem afturhaldssinnar dást svo mikið að

Aun esto encontró su complemento adecuado en la más perezosa indolencia

jafnvel þetta fann viðeigandi viðbót í letilegustu leti

La burguesía ha revelado cómo sucedió todo esto

Borgarastéttin hefur upplýst hvernig allt þetta gerðist

La burguesía ha sido la primera en mostrar lo que la actividad del hombre puede producir

Borgarastéttin hefur verið fyrst til að sýna fram á hvað athafnir mannsins geta komið til leiðar

Ha logrado maravillas que superan con creces las pirámides egipcias, los acueductos romanos y las catedrales góticas

Það hefur afrekað kraftaverk langt umfram egypska pýramída, rómverskar vatnsleiðslur og gotneskar dómkirkjur

y ha llevado a cabo expediciones que han hecho sombra a todos los antiguos Éxodos de naciones y cruzadas

og það hefur staðið fyrir leiðöngrum sem setja í skugga allra fyrrverandi Exoduses þjóða og krossferða

La burguesía no puede existir sin revolucionar constantemente los instrumentos de producción

Borgarastéttin getur ekki verið til án þess að umbylta stöðugt framleiðslutækjunum

y, por lo tanto, no puede existir sin sus relaciones con la producción

og þar með getur hún ekki verið til án tengsla við framleiðsluna

y, por lo tanto, no puede existir sin sus relaciones con la sociedad

og þess vegna getur hún ekki verið til án tengsla við samfélagið

Todas las clases industriales anteriores tenían una condición en común

Allar fyrri iðnstéttir áttu eitt sameiginlegt ástand

Confiaban en la conservación de los antiguos modos de producción
þeir treystu á varðveislu gömlu framleiðsluaðferðanna
pero la burguesía trajo consigo una dinámica completamente nueva
en borgarastéttin hafði með sér alveg nýja virkni
Revolucionar constantemente la producción y perturbar ininterrumpidamente todas las condiciones sociales
Stöðug bylting framleiðslu og óslitin röskun á öllum félagslegum aðstæðum
esta eterna incertidumbre y agitación distingue a la época burguesa de todas las anteriores
þessi eilífa óvissa og æsingur aðgreinir borgarastéttartímabilið frá öllum fyrri tímabilum
Las relaciones previas con la producción vinieron acompañadas de antiguos y venerables prejuicios y opiniones
fyrri samskiptum við framleiðsluna fylgdu fornir og virðulegir fordómar og skoðanir
Pero todas estas relaciones fijas y congeladas son barridas
En öllum þessum föstu, fastfrosnu samskiptum er sópað burt
Todas las relaciones recién formadas se vuelven anticuadas antes de que puedan osificarse
Öll nýmynduð tengsl verða úrelt áður en þau geta beinbrotnað
Todo lo que es sólido se derrite en el aire, y todo lo que es santo es profanado
Allt sem er fast bráðnar í loft og allt sem heilagt er vanhelgað
El hombre se ve finalmente obligado a afrontar con sus sentidos sobrios sus verdaderas condiciones de vida
Maðurinn neyðist loksins til að horfast í augu við raunveruleg lífsskilyrði sín með skynsemi
y se ve obligado a afrontar sus relaciones con los de su especie
og hann neyðist til að horfast í augu við samskipti sín við sína tegund

La burguesía necesita constantemente ampliar sus mercados para sus productos
Borgarastéttin þarf stöðugt að stækka markaði sína fyrir vörur sínar
y, debido a esto, la burguesía es perseguida por toda la superficie del globo
og vegna þessa er borgarastéttin elt um allt yfirborð jarðar
La burguesía debe anidar en todas partes, establecerse en todas partes, establecer conexiones en todas partes
Borgarastéttin verður að hreiðra um sig alls staðar, setjast að alls staðar, koma á tengslum alls staðar
La burguesía debe crear mercados en todos los rincones del mundo para explotar
Borgarastéttin verður að skapa markaði í hverju horni heimsins til að arðræna
La producción y el consumo en todos los países han adquirido un carácter cosmopolita
Framleiðsla og neysla í hverju landi hefur fengið heimsborgaralegt yfirbragð
el disgusto de los reaccionarios es palpable, pero ha continuado a pesar de todo
gremja afturhaldssinna er áþreifanleg, en hún hefur haldið áfram engu að síður
La burguesía ha sacado de debajo de los pies de la industria el terreno nacional en el que se encontraba
Borgarastéttin hefur dregið undir fótum iðnaðarins þann þjóðargrundvöll sem hún stóð á
Todas las industrias nacionales de vieja data han sido destruidas, o están siendo destruidas diariamente
allar gamlar þjóðaratvinnugreinar hafa verið eyðilagðar eða eru daglega eyðilagðar
Todas las viejas industrias nacionales son desplazadas por las nuevas industrias
Allar gamlar þjóðaratvinnugreinar eru hraknar af nýjum atvinnugreinum

Su introducción se convierte en una cuestión de vida o muerte para todas las naciones civilizadas

innleiðing þeirra verður spurning upp á líf og dauða fyrir allar siðmenntaðar þjóðir

son desalojados por industrias que ya no trabajan con materia prima autóctona

þeir eru hraknir af iðnaði sem vinnur ekki lengur upp innlent hráefni

En cambio, estas industrias extraen materias primas de las zonas más remotas

Þess í stað draga þessar atvinnugreinar hráefni frá afskekktustu svæðum

industrias cuyos productos se consumen, no solo en el país, sino en todos los rincones del mundo

atvinnugreinar þar sem afurða er neytt, ekki aðeins heima, heldur í öllum heimsfjórðungum

En lugar de las viejas necesidades, satisfechas por las producciones del país, encontramos nuevas necesidades

Í stað hinna gömlu þarfa, fullnægt af framleiðslu landsins, finnum við nýjar þarfir

Estas nuevas necesidades requieren para su satisfacción los productos de tierras y climas lejanos

Þessar nýju þarfir þurfa til að fullnægja afurðum fjarlægra landa og loftslaga

En lugar de la antigua reclusión y autosuficiencia local y nacional, tenemos el comercio

Í stað hinnar gömlu staðbundnu og þjóðlegu einangrunar og sjálfsbjargarviðleitni höfum við viðskipti

intercambio internacional en todas las direcciones; Interdependencia universal de las naciones

alþjóðleg skipti í allar áttir; Alhliða gagnkvæmt háð þjóða

Y así como dependemos de los materiales, también dependemos de la producción intelectual

og rétt eins og við erum háð efnum, þannig erum við háð vitsmunalegri framleiðslu

Las creaciones intelectuales de las naciones individuales se convierten en propiedad común

Vitsmunaleg sköpun einstakra þjóða verður sameiginleg eign

La unilateralidad nacional y la estrechez de miras se vuelven cada vez más imposibles

Einhliða og þröngsýni þjóðarinnar verða sífellt ómögulegari

y de las numerosas literaturas nacionales y locales, surge una literatura mundial

og af hinum fjölmörgu innlendum og staðbundnum bókmenntum sprettur heimsbókmenntir

por el rápido perfeccionamiento de todos los instrumentos de producción

með skjótum framförum allra framleiðslutækja

por los medios de comunicación inmensamente facilitados

með gríðarlega auðvelduðum samskiptaleiðum

La burguesía atrae a todos (incluso a las naciones más bárbaras) a la civilización

Borgarastéttin dregur alla (jafnvel villimannlegustu þjóðirnar) inn í siðmenninguna

Los precios baratos de sus mercancías; la artillería pesada que derriba todas las murallas chinas

Ódýrt verð á vörum þess; stórskotaliðið sem berst niður alla kínverska múra

El odio intensamente obstinado de los bárbaros hacia los extranjeros se ve obligado a capitular

Ákaflega þrjóskt hatur barbaranna á útlendingum neyðist til að gefast upp

Obliga a todas las naciones, bajo pena de extinción, a adoptar el modo de producción burgués

Hún neyðir allar þjóðir, að viðlögðu útrýmingu, til að taka upp framleiðsluhætti borgarastéttarinnar

los obliga a introducir lo que llama civilización en su seno

það neyðir þá til að kynna það sem hún kallar siðmenningu mitt á meðal þeirra

La burguesía obliga a los bárbaros a convertirse ellos mismos en burgueses

Borgarastéttin neyðir villimennina til að gerast sjálfir borgarastéttir

en una palabra, la burguesía crea un mundo a su imagen y semejanza

í einu orði sagt, borgarastéttin skapar heim eftir sinni eigin mynd

La burguesía ha sometido el campo al dominio de las ciudades

Borgarastéttin hefur lagt sveitirnar undir stjórn bæjanna

Ha creado enormes ciudades y ha aumentado considerablemente la población urbana

Það hefur skapað gríðarstórar borgir og fjölgað íbúum í þéttbýli til muna

Rescató a una parte considerable de la población de la idiotez de la vida rural

það bjargaði töluverðum hluta íbúanna frá fávisku sveitalífsins

pero ha hecho que los del campo dependan de las ciudades

en það hefur gert þá sem búa á landsbyggðinni háðir bæjunum

y asimismo, ha hecho que los países bárbaros dependan de los civilizados

og sömuleiðis hefur það gert villimannalöndin háð hinum siðmenntuðu

naciones de campesinos sobre naciones de la burguesía, el Este sobre el Oeste

þjóðir bænda á þjóðir borgarastéttar, austur á vestur

La burguesía suprime cada vez más el estado disperso de la población

Borgarastéttin afnemur sífellt dreift ástand íbúanna

Ha aglomerado la producción y ha concentrado la propiedad en pocas manos

Það hefur þétt framleiðslu og hefur samþjappað eignum á fáum höndum

La consecuencia necesaria de esto fue la centralización política

Nauðsynleg afleiðing þessa var pólitísk miðstýring

Había habido naciones independientes y provincias poco conectadas

það höfðu verið sjálfstæðar þjóðir og lauslega tengd héruð

Tenían intereses, leyes, gobiernos y sistemas tributarios separados

þeir höfðu aðskilda hagsmuni, lög, stjórnvöld og skattkerfi

pero se han agrupado en una sola nación, con un solo gobierno

En þeim hefur verið steypt saman í eina þjóð, með einni ríkisstjórn

Ahora tienen un interés nacional de clase, una frontera y un arancel aduanero

þeir hafa nú eina þjóðarhagsmuni, eitt landamæri og einn toll

Y este interés nacional de clase está unificado bajo un solo código de leyes

og þessir þjóðarhagsmunir eru sameinaðir í einum lagakóða

la burguesía ha logrado mucho durante su gobierno de apenas cien años

borgarastéttin hefur áorkað miklu á stjórn sinni í tæp hundrað ár

fuerzas productivas más masivas y colosales que todas las generaciones precedentes juntas

Massameiri og gríðarlegri framleiðsluöfl en allar fyrri kynslóðir saman

Las fuerzas de la naturaleza están subyugadas a la voluntad del hombre y su maquinaria

Kraftar náttúrunnar eru undirokaðir vilja mannsins og véla hans

La química se aplica a todas las formas de industria y tipos de agricultura

Efnafræði er beitt á hvers kyns iðnað og tegundir landbúnaðar

la navegación a vapor, los ferrocarriles, los telégrafos eléctricos y la imprenta

gufusiglingar, járnbrautir, rafsímar og prentvél

desbroce de continentes enteros para el cultivo, canalización de ríos

hreinsun heilu heimsálfanna til ræktunar, skurðamyndun áa

Poblaciones enteras han sido sacadas de la tierra y puestas a trabajar

heilu stofnarnir hafa verið töfraðir upp úr jörðinni og settir í vinnu

¿Qué siglo anterior tuvo siquiera un presentimiento de lo que podría desencadenarse?

Hvaða fyrri öld hafði yfirhöfuð fyrirboða um hvað hægt væri að leysa úr læðingi?

¿Quién predijo que tales fuerzas productivas dormitaban en el regazo del trabajo social?

Hver spáði því að slík framleiðsluöfl blunduðu í kjöltu félagslegrar vinnu?

Vemos, pues, que los medios de producción y de intercambio se generaban en la sociedad feudal

Við sjáum þá að framleiðslu- og skiptitækin urðu til í lénssamfélaginu

los medios de producción sobre cuyos cimientos se construyó la burguesía

framleiðslutækin sem borgarastéttin byggði sig á

En una determinada etapa del desarrollo de estos medios de producción y de intercambio

Á ákveðnu stigi í þróun þessara framleiðslu- og skiptatækja

las condiciones bajo las cuales la sociedad feudal producía e intercambiaba

við hvaða aðstæður lénssamfélagið framleiddi og skiptist á

La organización feudal de la agricultura y la industria manufacturera

Lénsskipulag landbúnaðar og framleiðsluiðnaðar

Las relaciones feudales de propiedad ya no eran compatibles con las condiciones materiales

lénstengsl eigna samrýmdust ekki lengur efnislegum skilyrðum

Tuvieron que ser reventados en pedazos, por lo que fueron reventados en pedazos
Það varð að springa þá í sundur, svo þeir sprungu í sundur
En su lugar entró la libre competencia de las fuerzas productivas
Í þeirra stað steig frjáls samkeppni frá framleiðsluöflunum
y fueron acompañadas de una constitución social y política adaptada a ella
og þeim fylgdi félagsleg og pólitísk stjórnarskrá sem var aðlöguð að henni
y fue acompañado por el dominio económico y político de la burguesía
og því fylgdi efnahagsleg og pólitísk yfirráð borgarastéttarinnar
Un movimiento similar está ocurriendo ante nuestros propios ojos
Svipuð hreyfing er í gangi fyrir augum okkar
La sociedad burguesa moderna con sus relaciones de producción, de intercambio y de propiedad
Nútíma borgarastéttarsamfélag með framleiðslu-, skipta- og eignatengslum
una sociedad que ha conjurado medios de producción y de intercambio tan gigantescos
samfélag sem hefur töfrað fram svo risavaxnar framleiðslu- og skiptileiðir
Es como el hechicero que invocó los poderes del mundo inferior
Það er eins og galdramaðurinn sem kallaði fram krafta undirheimsins
Pero ya no es capaz de controlar lo que ha traído al mundo
en hann er ekki lengur fær um að stjórna því sem hann hefur komið með í heiminn
Durante muchas décadas, la historia pasada estuvo unida por un hilo conductor
Í marga áratugi var sagan bundin saman af sameiginlegum þræði

La historia de la industria y del comercio no ha sido más que la historia de las revueltas

Saga iðnaðar og viðskipta hefur aðeins verið saga uppreisna

las revueltas de las fuerzas productivas modernas contra las condiciones modernas de producción

Uppreisnir nútíma framleiðsluafla gegn nútíma framleiðsluskilyrðum

Las revueltas de las fuerzas productivas modernas contra las relaciones de propiedad

Uppreisnir nútíma framleiðsluafla gegn eignasamskiptum

estas relaciones de propiedad son las condiciones para la existencia de la burguesía

þessi eignatengsl eru skilyrði fyrir tilveru borgarastéttarinnar

y la existencia de la burguesía determina las reglas de las relaciones de propiedad

og tilvist borgarastéttarinnar ákvarðar reglur um eignatengsl

Baste mencionar el retorno periódico de las crisis comerciales

Það er nóg að minnast á reglubundna endurkomu viðskiptakreppu

cada crisis comercial es más amenazante para la sociedad burguesa que la anterior

hver viðskiptakreppa er meiri ógn við borgarastéttarsamfélagið en sú síðasta

En estas crisis se destruye gran parte de los productos existentes

Í þessum kreppum eyðileggst stór hluti þeirra afurða sem fyrir eru

Pero estas crisis también destruyen las fuerzas productivas previamente creadas

En þessar kreppur eyðileggja einnig framleiðsluöflin sem áður hafa skapast

En todas las épocas anteriores, estas epidemias habrían parecido un absurdo

Á öllum fyrri tímum hefðu þessir faraldrar virst fáránleiki

porque estas epidemias son las crisis comerciales de la sobreproducción

vegna þess að þessir faraldrar eru viðskiptakreppur offramleiðslu

De repente, la sociedad se encuentra de nuevo en un estado de barbarie momentánea

Samfélagið er skyndilega komið aftur í augnabliks villimennsku

como si una guerra universal de devastación hubiera cortado todos los medios de subsistencia

eins og allsherjarstríð eyðileggingar hefði lokað fyrir allar lífsviðurværisleiðir

la industria y el comercio parecen haber sido destruidos; ¿Y por qué?

iðnaður og verslun virðast hafa verið eyðilögð; og hvers vegna?

Porque hay demasiada civilización y medios de subsistencia

Vegna þess að það er of mikil siðmenning og lífsviðurværi

y porque hay demasiada industria y demasiado comercio

og vegna þess að það er of mikill iðnaður og of mikil verslun

Las fuerzas productivas a disposición de la sociedad ya no desarrollan la propiedad burguesa

Framleiðsluöflin sem samfélagið hefur yfir að ráða þróa ekki lengur eignir borgarastéttarinnar

por el contrario, se han vuelto demasiado poderosos para estas condiciones, por las cuales están encadenados

þvert á móti eru þeir orðnir of öflugir fyrir þessar aðstæður, sem þeir eru fjötraðir af

tan pronto como superan estas cadenas, traen el desorden a toda la sociedad burguesa

um leið og þeir sigrast á þessum fjötrum koma þeir óreiðu inn í allt borgarastéttarsamfélagið

y las fuerzas productivas ponen en peligro la existencia de la propiedad burguesa

og framleiðsluöflin stofna tilvist borgarastéttarinnar í hættu

Las condiciones de la sociedad burguesa son demasiado estrechas para abarcar la riqueza creada por ellas

Aðstæður borgarastéttarsamfélagsins eru of þröngar til að samanstanda af þeim auði sem þær skapa

¿Y cómo supera la burguesía estas crisis?

Og hvernig kemst borgarastéttin yfir þessar kreppur?

Por un lado, supera estas crisis mediante la destrucción forzada de una masa de fuerzas productivas

Annars vegar sigrast hún á þessum kreppum með þvingaðri eyðileggingu fjölda framleiðsluafla

por otro lado, supera estas crisis mediante la conquista de nuevos mercados

Á hinn bóginn sigrar það þessar kreppur með því að leggja undir sig nýja markaði

y supera estas crisis mediante la explotación más completa de las viejas fuerzas productivas

og það sigrast á þessum kreppum með því að arðræna gömlu framleiðsluöflin

Es decir, allanando el camino para crisis más extensas y destructivas

Það er að segja með því að ryðja brautina fyrir umfangsmeiri og eyðileggjandi kreppur

supera la crisis disminuyendo los medios para prevenir las crisis

það sigrast á kreppunni með því að draga úr þeim leiðum sem hægt er að koma í veg fyrir kreppur

Las armas con las que la burguesía derribó el feudalismo se vuelven ahora contra sí misma

Vopnin sem borgarastéttin notaði til að fella feudalisma til jarðar snúast nú gegn sjálfri sér

Pero la burguesía no sólo ha forjado las armas que le dan la muerte

En borgarastéttin hefur ekki aðeins smíðað vopnin sem færa henni dauða

También ha llamado a la existencia a los hombres que han de empuñar esas armas

það hefur einnig kallað fram mennina sem eiga að beita
þessum vopnum

**Y estos hombres son la clase obrera moderna; Son los
proletarios**

og þessir menn eru nútíma verkalýðsstétt; þeir eru öreigarnir

**En la misma proporción en que se desarrolla la burguesía, en
la misma proporción se desarrolla el proletariado**

Í sama hlutfalli og borgarastéttin þróast, þróast öreigastéttin í
sama hlutfalli

La clase obrera moderna desarrolló una clase de trabajadores

Nútíma verkalýðsstétt þróaði stétt verkamanna

Esta clase de obreros vive sólo mientras encuentran trabajo

Þessi stétt verkamanna lifir aðeins svo lengi sem þeir fá vinnu

**y sólo encuentran trabajo mientras su trabajo aumenta el
capital**

og þeir fá aðeins vinnu svo lengi sem vinna þeirra eykur
fjármagn

**Estos obreros, que deben venderse a destajo, son una
mercancía**

Þessir verkamenn, sem verða að selja sig smátt og smátt, eru
verslunarvara

Estos obreros son como cualquier otro artículo de comercio

þessir verkamenn eru eins og hver önnur verslunargrein

**y, en consecuencia, están expuestos a todas las vicisitudes de
la competencia**

og þar af leiðandi verða þeir berskjaldaðir fyrir öllum
hverfulleikum samkeppninnar

Tienen que capear todas las fluctuaciones del mercado

þeir verða að standast allar sveiflur markaðarins

**Debido al uso extensivo de maquinaria y a la división del
trabajo**

Vegna mikillar notkunar véla og verkaskiptingar

**El trabajo de los proletarios ha perdido todo carácter
individual**

Verk öreiganna hafa glatað öllum einstaklingseinkennum

y, en consecuencia, el trabajo de los proletarios ha perdido todo encanto para el obrero

og þar af leiðandi hafa verk öreiganna misst allan þokka fyrir verkamanninn

Se convierte en un apéndice de la máquina, en lugar del hombre que una vez fue

Hann verður viðhengi vélarinnar, frekar en maðurinn sem hann var einu sinni

Sólo se requiere de él la habilidad más simple, monótona y más fácil de adquirir

Aðeins einfaldasta, einhæfasta og auðveldasta hæfileika hans er krafist af honum

Por lo tanto, el costo de producción de un trabajador está restringido

Þess vegna er framleiðslukostnaður verkamanns takmarkaður

se restringe casi por completo a los medios de subsistencia que necesita para su manutención

það er nánast eingöngu bundið við þau lífsviðurværi sem hann þarfnast til framfærslu sinnar

y se restringe a los medios de subsistencia que necesita para la propagación de su raza

og það er takmarkað við lífsviðurværið sem hann þarfnast til að fjölga kynþætti sínum

Pero el precio de una mercancía, y por lo tanto también del trabajo, es igual a su costo de producción

En verð vöru og þar af leiðandi vinnuafls er jafnt framleiðslukostnaði hennar

Por lo tanto, a medida que aumenta la repulsividad del trabajo, disminuye el salario

Í réttu hlutfalli við það sem fráhrindandi starfið eykst, lækka launin

Es más, la repulsión de su obra aumenta a un ritmo aún mayor

Nei, fráhrindandi verk hans aukast enn hraðar

A medida que aumenta el uso de maquinaria y la división del trabajo, también lo hace la carga del trabajo

Eftir því sem notkun véla og verkaskipting eykst, eykst erfiðisbyrðin

La carga del trabajo se incrementa con la prolongación de las horas de trabajo

Álag stritsins eykst með lengingu vinnutíma

Se espera más del obrero en el mismo tiempo que antes

Meira er ætlast til af verkamanninum á sama tíma og áður

Y, por supuesto, la carga del trabajo aumenta por la velocidad de la maquinaria

og auðvitað eykst byrði erfiðisins með hraða vélanna

La industria moderna ha convertido el pequeño taller del amo patriarcal en la gran fábrica del capitalista industrial

Nútímaiðnaður hefur breytt litlu verkstæði feðraveldismeistarans í hina miklu verksmiðju iðnaðarkapítalistans

Las masas de obreros, hacinados en la fábrica, están organizadas como soldados

Fjöldi verkamanna, sem hópast saman í verksmiðjunni, er skipulagður eins og hermenn

Como soldados rasos del ejército industrial están bajo el mando de una jerarquía perfecta de oficiales y sargentos

Sem hermenn iðnaðarhersins eru þeir settir undir stjórn fullkomins stigveldis foringja og liðþjálfa

no sólo son esclavos de la burguesía y del Estado

þeir eru ekki aðeins þrælar borgarastéttarinnar og ríkisins

pero también son esclavizados diariamente y cada hora por la máquina

en þeir eru líka daglega og á klukkutíma fresti þrælkaðir af vélinni

están esclavizados por el vigilante y, sobre todo, por el propio fabricante burgués

þeir eru hnepptir í þrældóm af áhorfandanum og umfram allt af hinum einstaka borgarastéttarframleiðanda sjálfum

Cuanto más abiertamente proclama este despotismo que la ganancia es su fin y su fin, tanto más mezquino, más odioso y más amargo es

Því opinskárra sem þessi einræðisstefna lýsir því yfir að
ávinningur sé markmið hans og markmið, því smávægilegri,
því hatursfyllri og bitrari er hún

**Cuanto más se desarrolla la industria moderna, menores son
las diferencias entre los sexos**

Því meira sem nútímaiðnaður þróast, því minni er munurinn á
kynjunum

**Cuanto menor es la habilidad y el ejercicio de la fuerza
implícitos en el trabajo manual, tanto más el trabajo de los
hombres es reemplazado por el de las mujeres**

Því minni sem kunnátta og áreynsla af kröftum felst í
líkamlegri vinnu, því meira er vinna karla leyst af stað kvenna

**Las diferencias de edad y sexo ya no tienen ninguna validez
social distintiva para la clase obrera**

Aldurs- og kynmunur hefur ekki lengur neitt sérstakt
félagslegt gildi fyrir verkalýðinn

**Todos son instrumentos de trabajo, más o menos costosos de
usar, según su edad y sexo**

Allt eru þau vinnutæki, meira eða minna dýr í notkun, eftir
aldri og kyni

**tan pronto como el obrero recibe su salario en efectivo, es
atacado por las otras partes de la burguesía**

um leið og verkamaðurinn fær laun sín í peningum, þá er
hann settur á hann af öðrum hlutum borgarastéttarinnar

el propietario, el tendero, el prestamista, etc

leigusala, verslunareigandi, veðlánasali o.s.frv

**Los estratos más bajos de la clase media; los pequeños
comerciantes y tenderos**

Lægri lög millistéttarinnar; smáverslunarfólkið og
verslunareigendurnir

**los comerciantes jubilados en general, y los artesanos y
campesinos**

iðnaðarmenn á eftirlaunum almennt, og handverksmenn og
bændur

todo esto se hunde poco a poco en el proletariado

allt þetta sökkva smám saman í öreigastéttina

en parte porque su minúsculo capital no basta para la escala
en que se desarrolla la industria moderna
að hluta til vegna þess að lítið fjármagn þeirra nægir ekki fyrir
þann mælikvarða sem nútímaiðnaður er rekinn á
y porque está inundada en la competencia con los grandes
capitalistas
og vegna þess að það er kaffært í samkeppni við
stórkapítalista
en parte porque sus habilidades especializadas se vuelven
inútiles por los nuevos métodos de producción
að hluta til vegna þess að sérhæfð kunnátta þeirra er einskis
virði með nýjum framleiðsluaðferðum
De este modo, el proletariado es reclutado entre todas las
clases de la población
Þannig er öreigastéttin ráðin úr öllum stéttum íbúanna
El proletariado pasa por varias etapas de desarrollo
Verkalýðurinn gengur í gegnum ýmis þróunarstig
Con su nacimiento comienza su lucha con la burguesía
Með fæðingu hennar hefst baráttan við borgarastéttina
Al principio, la contienda es llevada a cabo por trabajadores
individuales
Í fyrstu er keppnin háð af einstökum verkamönnum
Entonces el concurso es llevado a cabo por los obreros de
una fábrica
síðan er keppnin haldin áfram af verkamönnum
verksmiðjunnar
Entonces la contienda es llevada a cabo por los operarios de
un oficio, en una localidad
síðan er keppnin háð af starfsmönnum einnar iðngreinar, á
einum stað
y la contienda es entonces contra la burguesía individual
que los explota directamente
og baráttan er þá gegn einstakri borgarastétt sem arðrænir
hana beint
No dirigen sus ataques contra las condiciones de producción
de la burguesía

Þeir beina árásum sínum ekki gegn framleiðsluskilyrðum borgarastéttarinnar

pero dirigen su ataque contra los propios instrumentos de producción

en þeir beina árás sinni að framleiðslutækjunum sjálfum

destruyen mercancías importadas que compiten con su mano de obra

þeir eyðileggja innfluttan varning sem keppir við vinnuafl þeirra

Hacen pedazos la maquinaria y prenden fuego a las fábricas

þeir brjóta í sundur vélar og þeir kveikja í verksmiðjum

tratan de restaurar por la fuerza el estado desaparecido del obrero de la Edad Media

þeir leitast við að endurheimta með valdi horfna stöðu verkamanns miðalda

En esta etapa, los obreros forman todavía una masa incoherente dispersa por todo el país

Á þessu stigi mynda verkamennirnir enn samhengislausan massa sem dreifist um allt landið

y se rompen por su mutua competencia

og þeir eru sundraðir af gagnkvæmri samkeppni sinni

Si en alguna parte se unen para formar cuerpos más compactos, esto no es todavía la consecuencia de su propia unión activa

Ef þeir sameinast einhvers staðar og mynda þéttari líkama, er það ekki enn afleiðing af virkri sameiningu þeirra eigin

pero es una consecuencia de la unión de la burguesía, para alcanzar sus propios fines políticos

en það er afleiðing af sameiningu borgarastéttarinnar, að ná sínum eigin pólitísku markmiðum

la burguesía se ve obligada a poner en movimiento a todo el proletariado

borgarastéttin er neydd til að koma allri öreigastéttinni af stað

y además, por un momento, la burguesía es capaz de hacerlo

og þar að auki getur borgarastéttin gert það um tíma

Por lo tanto, en esta etapa, los proletarios no luchan contra sus enemigos
Á þessu stigi berjast öreigarnir því ekki við óvini sína
sino que están luchando contra los enemigos de sus enemigos
heldur berjast þeir við óvini óvina sinna
la lucha contra los restos de la monarquía absoluta y los terratenientes
berjast við leifar algjörs konungsveldis og landeigenda
luchan contra la burguesía no industrial; la pequeña burguesía
þeir berjast gegn borgarastéttinni; smáborgarastéttin
De este modo, todo el movimiento histórico se concentra en manos de la burguesía
Þannig er öll sögulega hreyfingin einbeitt í höndum borgarastéttarinnar
cada victoria así obtenida es una victoria para la burguesía
sérhver sigur sem þannig fæst er sigur fyrir borgarastéttina
Pero con el desarrollo de la industria, el proletariado no sólo aumenta en número
En með þróun iðnaðarins eykst öreigastéttinni ekki aðeins að fjölda
el proletariado se concentra en grandes masas y su fuerza crece
öreigastéttin safnast saman í meiri fjölda og styrkur hans vex
y el proletariado siente cada vez más esa fuerza
og öreigastéttin finnur fyrir þeim styrk æ meir
Los diversos intereses y condiciones de vida en las filas del proletariado se igualan cada vez más
Hinir ýmsu hagsmunir og lífskjör innan raða öreigastéttarinnar jafnast æ meir
se vuelven más proporcionales a medida que la maquinaria borra todas las distinciones de trabajo
þær verða hlutfallslegri eftir því sem vélarnar afmáðu alla aðgreiningu vinnunnar

y la maquinaria reduce los salarios al mismo nivel bajo en casi todas partes

og vélar næstum alls staðar lækka laun niður í sama lágmark

La creciente competencia entre la burguesía, y las crisis comerciales resultantes, hacen que los salarios de los obreros sean cada vez más fluctuantes

Vaxandi samkeppni meðal borgarastéttarinnar og viðskiptakreppan sem af henni leiðir, gerir laun verkamanna sífellt sveiflukenndari

La mejora incesante de la maquinaria, que se desarrolla cada vez más rápidamente, hace que sus medios de vida sean cada vez más precarios

Stöðugar endurbætur á vélbúnaði, sem þróast sífellt hraðar, gera lífsviðurværi þeirra sífellt ótryggara

los choques entre obreros individuales y burgueses individuales toman cada vez más el carácter de choques entre dos clases

árekstrar einstakra verkamanna og einstakrar borgarastéttar taka æ meir á sig einkenni árekstra tveggja stétta

A partir de ese momento, los obreros comienzan a formar uniones (sindicatos) contra la burguesía

Þá byrja verkamennirnir að mynda samtök (verkalýðsfélög) gegn borgarastéttinni

se agrupan para mantener el ritmo de los salarios

þeir slást saman til að halda uppi launum

Fundaron asociaciones permanentes para hacer frente de antemano a estas revueltas ocasionales

þeir stofnuðu varanleg samtök til að gera ráðstafanir fyrir þessum einstaka uppreisnum

Aquí y allá la contienda estalla en disturbios

Hér og þar brýst keppnin út í óeirðir

De vez en cuando los obreros salen victoriosos, pero sólo por un tiempo

Af og til sigra verkamennirnir, en aðeins um tíma

El verdadero fruto de sus batallas no reside en el resultado
inmediato, sino en la unión cada vez mayor de los
trabajadores
Hinn raunverulegi ávöxtur baráttu þeirra liggur ekki í
tafarlausum árangri, heldur í sístækkandi sameiningu
verkamanna
Esta unión se ve favorecida por la mejora de los medios de
comunicación creados por la industria moderna
Þetta stéttarfélag nýtur góðs af bættum samskiptaleiðum sem
nútíma iðnaður skapar
La comunicación moderna pone en contacto a los
trabajadores de diferentes localidades
nútíma samskipti setja starfsmenn mismunandi byggðarlaga í
samband hver við annan
Era precisamente este contacto el que se necesitaba para
centralizar las numerosas luchas locales en una lucha
nacional entre clases
Það var einmitt þessi samskipti sem þurfti til að miðstýra
hinum fjölmörgu staðbundnu baráttu í eina þjóðarbáttu
milli stétta
Todas estas luchas tienen el mismo carácter, y toda lucha de
clases es una lucha política
Öll þessi barátta er af sama toga og sérhver stéttabarátta er
pólitísk barátta
los burgueses de la Edad Media, con sus miserables
carreteras, necesitaron siglos para formar sus uniones
borgarar miðalda, með ömurlegum þjóðvegum sínum, þurftu
aldir til að stofna stéttarfélög sín
Los proletarios modernos, gracias a los ferrocarriles, logran
sus sindicatos en pocos años
nútíma öreiga, þökk sé járnbrautum, ná sambandi sínu innan
fárra ára
Esta organización de los proletarios en una clase los formó,
por consiguiente, en un partido político
Þessi skipulagning öreiganna í stétt gerði þá þar af leiðandi að
stjórnmálaflokki

La clase política se ve continuamente molesta por la competencia entre los propios trabajadores
Stjórnmálastéttin er sífellt í uppnámi vegna samkeppninnar milli verkamannanna sjálfra

Pero la clase política sigue levantándose de nuevo, más fuerte, más firme, más poderosa
En stjórnmálastéttin heldur áfram að rísa upp á ný, sterkari, ákveðnari, voldugri

Obliga al reconocimiento legislativo de los intereses particulares de los trabajadores
Það krefst lögbundinnar viðurkenningar á sérstökum hagsmunum verkafólks

lo hace aprovechándose de las divisiones en el seno de la propia burguesía
það gerir það með því að nýta sér klofninginn meðal borgarastéttarinnar sjálfrar

De este modo, el proyecto de ley de las diez horas en Inglaterra se convirtió en ley
Þannig var tíu klukkustunda frumvarpið í Englandi sett í lög

en muchos sentidos, las colisiones entre las clases de la vieja sociedad son, además, el curso del desarrollo del proletariado
á margan hátt eru árekstur stétta gamla samfélagsins ennfremur þróunarferill öreigastéttarinnar

La burguesía se ve envuelta en una batalla constante
Borgarastéttin lendir í stöðugri baráttu

Al principio se verá envuelto en una batalla constante con la aristocracia
Í fyrstu mun það lenda í stöðugri baráttu við aðalinn

más tarde se verá envuelta en una batalla constante con esas partes de la propia burguesía
síðar mun hún lenda í stöðugri baráttu við þessa hluta borgarastéttarinnar sjálfrar

y sus intereses se habrán vuelto antagónicos al progreso de la industria

og hagsmunir þeirra munu hafa orðið andstæðir framförum iðnaðarins

en todo momento, sus intereses se habrán vuelto antagónicos con la burguesía de los países extranjeros

á öllum tímum munu hagsmunir þeirra hafa orðið andstæðir borgarastétt erlendra landa

En todas estas batallas se ve obligado a apelar al proletariado y pide su ayuda

Í öllum þessum orrustum sér hún sig knúin til að höfða til öreigastéttarinnar og biður um hjálp hennar

y, por lo tanto, se sentirá obligado a arrastrarlo a la arena política

og þannig mun það finna sig knúið til að draga það inn á pólitískan vettvang

La burguesía misma, por lo tanto, suministra al proletariado sus propios instrumentos de educación política y general

Borgarastéttin sjálf sér því öreigastéttinni fyrir sínum eigin tækjum til pólitískrar og almennrar menntunar

en otras palabras, suministra al proletariado armas para luchar contra la burguesía

með öðrum orðum, það útvegar öreigastéttinni vopn til að berjast gegn borgarastéttinni

Además, como ya hemos visto, sectores enteros de las clases dominantes se precipitan en el proletariado

Ennfremur, eins og við höfum þegar séð, eru heilu hlutar valdastéttanna steyptir inn í öreigastéttina

el avance de la industria los absorbe en el proletariado

framgangur iðnaðarins sogar þá inn í öreigastéttina

o, al menos, están amenazados en sus condiciones de existencia

eða að minnsta kosti er þeim ógnað í tilveruskilyrðum sínum

Estos también suministran al proletariado nuevos elementos de ilustración y progreso

Þetta veitir einnig öreigastéttinni nýja þætti uppljómunar og framfara

Finalmente, en momentos en que la lucha de clases se acerca a la hora decisiva

Að lokum, á tímum þegar stéttabaráttan nálgast úrslitastundina

el proceso de disolución que se está llevando a cabo en el seno de la clase dominante

Upplausnarferlið sem er í gangi innan valdastéttarinnar

De hecho, la disolución que se está produciendo en el seno de la clase dominante se sentirá en toda la sociedad

í raun mun upplausnin sem á sér stað innan valdastéttarinnar finnast innan alls samfélagsins

Tomará un carácter tan violento y deslumbrante, que un pequeño sector de la clase dominante se quedará a la deriva

hún mun taka á sig svo ofbeldisfullan og áberandi karakter að lítill hluti valdastéttarinnar sker sig á reki

y esa clase dominante se unirá a la clase revolucionaria

og sú valdastétt mun ganga til liðs við byltingarstéttina

La clase revolucionaria es la clase que tiene el futuro en sus manos

byltingarstéttin er sú stétt sem heldur framtíðinni í höndum sér

Al igual que en un período anterior, una parte de la nobleza se pasó a la burguesía

Rétt eins og á fyrri tímum fór hluti aðalsmanna yfir til borgarastéttarinnar

de la misma manera que una parte de la burguesía se pasará al proletariado

á sama hátt mun hluti borgarastéttarinnar fara yfir til öreigastéttarinnar

en particular, una parte de la burguesía pasará a una parte de los ideólogos de la burguesía

einkum mun hluti borgarastéttarinnar fara yfir til hluta hugmyndafræðinga borgarastéttarinnar

Ideólogos burgueses que se han elevado al nivel de comprender teóricamente el movimiento histórico en su conjunto

Hugmyndafræðingar borgarastéttarinnar sem hafa lyft sér upp á það stig að skilja fræðilega sögulegu hreyfinguna í heild sinni

De todas las clases que hoy se encuentran frente a frente con la burguesía, sólo el proletariado es una clase realmente revolucionaria

Af öllum þeim stéttum sem standa augliti til auglitis við borgarastéttina í dag er öreigastéttin ein raunveruleg byltingarstétt

Las otras clases decaen y finalmente desaparecen frente a la industria moderna

Hinar stéttir hnigna og hverfa að lokum andspænis nútímaiðnaði

el proletariado es su producto especial y esencial

öreigastéttin er sérstök og nauðsynleg afurð hennar

La clase media baja, el pequeño fabricante, el tendero, el artesano, el campesino

Lægri millistétt, smáframleiðandinn, verslunareigandinn, handverksmaðurinn, bóndinn

todos ellos luchan contra la burguesía

öll þessi barátta gegn borgarastéttinni

Luchan como fracciones de la clase media para salvarse de la extinción

þeir berjast sem brot af millistéttinni til að bjarga sér frá útrýmingu

Por lo tanto, no son revolucionarios, sino conservadores

Þeir eru því ekki byltingarsinnaðir, heldur íhaldssamir

Más aún, son reaccionarios, porque tratan de hacer retroceder la rueda de la historia

Nei, þeir eru afturhaldssamir, því þeir reyna að snúa hjóli sögunnar aftur

Si por casualidad son revolucionarios, lo son sólo en vista de su inminente transferencia al proletariado

Ef þeir eru byltingarsinnaðir, þá eru þeir það aðeins í ljósi yfirvofandi flutnings þeirra til öreigastéttarinnar

Por lo tanto, no defienden sus intereses presentes, sino sus intereses futuros

þeir verja þannig ekki nútíð sína, heldur framtíðarhagsmuni sína

abandonan su propio punto de vista para situarse en el del proletariado

þeir yfirgefa eigin afstöðu til að staðsetja sig í stöðu öreigastéttarinnar

La "clase peligrosa", la escoria social, esa masa pasivamente putrefacta arrojada por las capas más bajas de la vieja sociedad

"Hættulega stéttin", félagslega skítinn, þessi aðgerðalausi rotnandi massi sem neðstu lög gamla samfélagsins kasta af sér

pueden, aquí y allá, ser arrastrados al movimiento por una revolución proletaria

Þeir gætu hér og þar hrifist inn í hreyfinguna af öreigabyltingu

Sus condiciones de vida, sin embargo, la preparan mucho más para el papel de un instrumento sobornado de la intriga reaccionaria

lífsskilyrði þess búa það hins vegar mun meira undir hlutverk mútuboðs afturhaldsráðabruggs

En las condiciones del proletariado, los de la vieja sociedad en general están ya virtualmente desbordados

Í aðstæðum öreigastéttarinnar eru aðstæður gamla samfélagsins í heild nú þegar nánast yfirfullar

El proletario carece de propiedad

Öreiginn er eignalaus

su relación con su mujer y sus hijos ya no tiene nada en común con las relaciones familiares de la burguesía

tengsl hans við eiginkonu sína og börn eiga ekki lengur neitt sameiginlegt með fjölskyldutengslum borgarastéttarinnar

el trabajo industrial moderno, el sometimiento moderno al capital, lo mismo en Inglaterra que en Francia, en Estados Unidos como en Alemania

nútíma iðnaðarvinnu, nútíma undirgefni við kapítalið, hið sama í Englandi og Frakklandi, í Ameríku og í Þýskalandi

Su condición en la sociedad lo ha despojado de todo rastro de carácter nacional

Ástand hans í samfélaginu hefur svipt hann öllum votti af þjóðerniseðli

El derecho, la moral, la religión, son para él otros tantos prejuicios burgueses

Lög, siðferði, trúarbrögð eru honum svo margir fordómar borgarastéttarinnar

y detrás de estos prejuicios acechan emboscados otros tantos intereses burgueses

og á bak við þessa fordóma leynast í launsátri jafn margir hagsmunir borgarastéttarinnar

Todas las clases precedentes que se impusieron trataron de fortalecer su estatus ya adquirido

Allar fyrri stéttirnar, sem náðu yfirhöndinni, reyndu að styrkja stöðu sína sem þegar hafði verið áunnin

Lo hicieron sometiendo a la sociedad en general a sus condiciones de apropiación

þeir gerðu þetta með því að setja samfélagið í heild undir eignarnámsskilyrði sín

Los proletarios no pueden llegar a ser dueños de las fuerzas productivas de la sociedad

Öreigarnir geta ekki orðið herrar framleiðsluafla samfélagsins

sólo puede hacerlo aboliendo su propio modo anterior de apropiación

það getur aðeins gert þetta með því að afnema eigin fyrri aðferð til eignarnáms

y, por lo tanto, también suprime cualquier otro modo anterior de apropiación

og þar með afnemur það einnig allar aðrar fyrri aðferðir við eignarnám

No tienen nada propio que asegurar y fortificar

Þeir hafa ekkert til að tryggja og styrkja

Su misión es destruir todos los valores y seguros anteriores de la propiedad individual

hlutverk þeirra er að eyðileggja öll fyrri verðbréf fyrir og tryggingar á eignum einstaklinga

Todos los movimientos históricos anteriores fueron movimientos de minorías

Allar fyrri sögulegar hreyfingar voru hreyfingar minnihlutahópa

o eran movimientos en interés de las minorías

eða þær voru hreyfingar í þágu minnihlutahópa

El movimiento proletario es el movimiento consciente e independiente de la inmensa mayoría

Öreigahreyfingin er sjálfsmeðvituð, sjálfstæð hreyfing hins mikla meirihluta

Y es un movimiento en interés de la inmensa mayoría

og það er hreyfing í þágu hins mikla meirihluta

El proletariado, el estrato más bajo de nuestra sociedad actual

Öreigastéttin, lægsta lag nútímasamfélags

no puede agitarse ni elevarse sin que todos los estratos superiores de la sociedad oficial salgan al aire

það getur ekki hrærst eða risið upp án þess að öll yfirlög hins opinbera samfélags séu sprottin upp í loftið

Aunque no en el fondo, sí en la forma, la lucha del proletariado con la burguesía es, al principio, una lucha nacional

Þótt hún sé ekki efnislega en samt í formi, er barátta öreigastéttarinnar við borgarastéttina í fyrstu þjóðarbarátta

El proletariado de cada país debe, por supuesto, en primer lugar arreglar las cosas con su propia burguesía

Öreigastéttin í hverju landi verður að sjálfsögðu fyrst og fremst að gera upp málin við sína eigin borgarastétt

Al describir las fases más generales del desarrollo del proletariado, hemos trazado la guerra civil más o menos velada

Þegar við lýstum almennustu stigum þróunar öreigastéttarinnar, röktum við meira og minna dulbúna borgarastyrjöldina

Este civil está haciendo estragos dentro de la sociedad existente

þessi borgaralega geisar innan núverandi samfélags

Se enfurecerá hasta el punto en que esa guerra estalle en una revolución abierta

það mun geisa að því marki að það stríð brýst út í opna byltingu

y luego el derrocamiento violento de la burguesía sienta las bases para el dominio del proletariado

og síðan leggur ofbeldisfullt fall borgarastéttarinnar grunninn að valdaráði öreigastéttarinnar

Hasta ahora, todas las formas de sociedad se han basado, como ya hemos visto, en el antagonismo de las clases opresoras y oprimidas

Hingað til hafa allar tegundir samfélaga byggst, eins og við höfum þegar séð, á andstöðu kúgandi og kúgaðra stétta

Pero para oprimir a una clase, hay que asegurarle ciertas condiciones

En til þess að kúga stétt verður að tryggja henni ákveðin skilyrði

La clase debe ser mantenida en condiciones en las que pueda, por lo menos, continuar su existencia servil

Stéttinni verður að halda við aðstæður þar sem hún getur að minnsta kosti haldið áfram þrælbundinni tilveru sinni

El siervo, en el período de la servidumbre, se elevaba a la comuna

Þjónninn, á tímabili ánauðarinnar, hóf sig upp til aðildar að kommúnunni

del mismo modo que la pequeña burguesía, bajo el yugo del absolutismo feudal, logró convertirse en burguesía

rétt eins og smáborgarastéttinni, undir oki lénsveldisins, tókst að þróast í borgarastétt

El obrero moderno, por el contrario, en lugar de elevarse con el progreso de la industria, se hunde cada vez más

Nútíma verkamaður, þvert á móti, sekkur dýpra og dýpra í stað þess að rísa með framförum iðnaðarins

se hunde por debajo de las condiciones de existencia de su propia clase

hann sekkur undir tilveruskilyrði sinnar eigin stéttar

Se convierte en un indigente, y el pauperismo se desarrolla más rápidamente que la población y la riqueza

Hann verður fátækur og fátækrahyggja þróast hraðar en íbúafjöldi og auður

Y aquí se hace evidente que la burguesía ya no es apta para ser la clase dominante de la sociedad

Og hér kemur í ljós, að borgarastéttin er ekki lengur hæf til að vera valdastétt í þjóðfélaginu

y no es apta para imponer sus condiciones de existencia a la sociedad como una ley imperativa

og það er óhæft að þröngva tilveruskilyrðum sínum upp á samfélagið sem æðstu lögmál

Es incapaz de gobernar porque es incapaz de asegurar una existencia a su esclavo dentro de su esclavitud

Það er óhæft til að stjórna vegna þess að það er óhæft til að tryggja þræli sínum tilveru í þrældómi hans

porque no puede evitar dejarlo hundirse en tal estado, que tiene que alimentarlo, en lugar de ser alimentado por él

vegna þess að það getur ekki annað en látið hann sökkva í slíkt ástand, að hann verði að fæða hann í stað þess að nærast af honum

La sociedad ya no puede vivir bajo esta burguesía

Samfélagið getur ekki lengur lifað undir þessari borgarastétt

En otras palabras, su existencia ya no es compatible con la sociedad

með öðrum orðum, tilvist þess er ekki lengur samrýmanleg samfélaginu

La condición esencial para la existencia y el dominio de la burguesía es la formación y el aumento del capital

Grundvallarforsenda tilveru og valdahafa borgarastéttarinnar er myndun og aukning fjármagns

La condición del capital es el trabajo asalariado

Skilyrði fjármagns er launavinna

El trabajo asalariado se basa exclusivamente en la competencia entre los trabajadores

Launavinna hvílir eingöngu á samkeppni milli verkamanna

El avance de la industria, cuyo promotor involuntario es la burguesía, sustituye al aislamiento de los obreros

Framgangur iðnaðarins, þar sem borgarastéttin er ósjálfráður hvatamaður, kemur í stað einangrunar verkamannanna

por la competencia, por su combinación revolucionaria, por la asociación

vegna samkeppni, vegna byltingarkenndrar samsetningar þeirra, vegna tengsla

El desarrollo de la industria moderna corta bajo sus pies los cimientos mismos sobre los cuales la burguesía produce y se apropia de los productos

Þróun nútímaiðnaðar sker undan fótum hans sjálfan grunninn sem borgarastéttin framleiðir og eignar sér vörur á

Lo que la burguesía produce, sobre todo, son sus propios sepultureros

Það sem borgarastéttin framleiðir umfram allt eru eigin grafarar

La caída de la burguesía y la victoria del proletariado son igualmente inevitables

Fall borgarastéttarinnar og sigur öreigastéttarinnar eru jafn óumflýjanleg

Proletarios y comunistas
Öreigar og kommúnistar

¿Qué relación tienen los comunistas con el conjunto de los proletarios?
Í hvaða sambandi standa kommúnistar við öreigana í heild?

Los comunistas no forman un partido separado opuesto a otros partidos de la clase obrera
Kommúnistar mynda ekki sérstakan flokk sem er andstæður öðrum verkalýðsflokkum

No tienen intereses separados y aparte de los del proletariado en su conjunto
Þeir hafa enga hagsmuni aðskilda og aðskilda frá hagsmunum öreigastéttarinnar í heild

No establecen ningún principio sectario propio, con el cual dar forma y moldear el movimiento proletario
Þeir setja ekki upp neinar eigin sértrúarreglur til að móta og móta öreigahreyfinguna

Los comunistas se distinguen de los demás partidos obreros sólo por dos cosas
Kommúnistar eru aðgreindir frá öðrum verkalýðsflokkum með aðeins tvennu

En primer lugar, señalan y ponen en primer plano los intereses comunes de todo el proletariado, independientemente de toda nacionalidad
Í fyrsta lagi benda þeir á og draga fram sameiginlega hagsmuni allrar öreigastéttarinnar, óháð öllu þjóðerni

Esto lo hacen en las luchas nacionales de los proletarios de los diferentes países
Þetta gera þeir í þjóðernisbaráttu öreiganna í hinum ýmsu löndum

En segundo lugar, siempre y en todas partes representan los intereses del movimiento en su conjunto
Í öðru lagi standa þeir alltaf og alls staðar fyrir hagsmuni hreyfingarinnar í heild

esto lo hacen en las diversas etapas de desarrollo por las que
tiene que pasar la lucha de la clase obrera contra la
burguesía
þetta gera þeir á hinum ýmsu þróunarstigum, sem barátta
verkalýðsins gegn borgarastéttinni verður að ganga í gegnum
Los comunistas son, por lo tanto, por una parte,
prácticamente, el sector más avanzado y resuelto de los
partidos obreros de todos los países
Kommúnistar eru því annars vegar í raun framsæknasti og
einbeittasti hluti verkalýðsflokka hvers lands
Son ese sector de la clase obrera que empuja hacia adelante a
todos los demás
þeir eru sá hluti verkalýðsins sem ýtir öllum öðrum áfram
Teóricamente, también tienen la ventaja de entender
claramente la línea de marcha
Fræðilega séð hafa þeir einnig þann kost að skilja vel
göngulínuna
Esto lo comprenden mejor comparado con la gran masa del
proletariado
Þetta skilja þeir betur í samanburði við mikinn fjölda
öreigastéttarinnar
Comprenden las condiciones y los resultados generales
finales del movimiento proletario
þeir skilja aðstæður og endanlegan almennan árangur
öreigahreyfingarinnar
El objetivo inmediato del comunista es el mismo que el de
todos los demás partidos proletarios
Markmið kommúnista er hið sama og allra annarra
öreigaflokka
Su objetivo es la formación del proletariado en una clase
markmið þeirra er að móta öreigastéttina í stétt
su objetivo es derrocar la supremacía burguesa
þeir stefna að því að steypa yfirráðum borgarastéttarinnar af
stóli
la lucha por la conquista del poder político por el
proletariado

baráttan fyrir því að öreigastéttin nái pólitísku valdi

Las conclusiones teóricas de los comunistas no se basan en modo alguno en ideas o principios de reformadores

Fræðilegar niðurstöður kommúnista eru á engan hátt byggðar á hugmyndum eða meginreglum umbótasinna

no fueron los aspirantes a reformadores universales los que inventaron o descubrieron las conclusiones teóricas de los comunistas

það voru ekki almennir umbótasinnar sem fundu upp eða uppgötvuðu fræðilegar niðurstöður kommúnista

Se limitan a expresar, en términos generales, las relaciones reales que surgen de una lucha de clases existente

Þær lýsa aðeins almennum orðum raunverulegum tengslum sem spretta af núverandi stéttabaráttu

Y describen el movimiento histórico que está ocurriendo ante nuestros propios ojos y que ha creado esta lucha de clases

og þeir lýsa þeirri sögulegu hreyfingu sem er í gangi fyrir augum okkar og hefur skapað þessa stéttabaráttu

La abolición de las relaciones de propiedad existentes no es en absoluto un rasgo distintivo del comunismo

Afnám núverandi eignatengsla er alls ekki sérkenni kommúnismans

Todas las relaciones de propiedad en el pasado han estado continuamente sujetas a cambios históricos

Öll eignatengsl í fortíðinni hafa stöðugt verið háð sögulegum breytingum

y estos cambios fueron consecuencia del cambio en las condiciones históricas

og þessar breytingar voru í kjölfar breytinga á sögulegum aðstæðum

La Revolución Francesa, por ejemplo, abolió la propiedad feudal en favor de la propiedad burguesa

Franska byltingin afnam til dæmis lénseignir í þágu borgarastéttareigna

El rasgo distintivo del comunismo no es la abolición de la propiedad, en general

Það sem einkennir kommúnisma er ekki afnám eigna, almennt

pero el rasgo distintivo del comunismo es la abolición de la propiedad burguesa

en það sem einkennir kommúnisma er afnám eigna borgarastéttarinnar

Pero la propiedad privada de la burguesía moderna es la expresión última y más completa del sistema de producción y apropiación de productos

En nútíma borgarastétt einkaeignar er endanleg og fullkomnasta tjáning kerfisins til að framleiða og eigna sér vörur

Es el estado final de un sistema que se basa en los antagonismos de clase, donde el antagonismo de clase es la explotación de la mayoría por unos pocos

það er lokaástand kerfis sem byggir á stéttaandstæðum, þar sem stéttaandstæður eru arðrán hinna mörgu af fáum

En este sentido, la teoría de los comunistas puede resumirse en una sola frase; la abolición de la propiedad privada

Í þessum skilningi má draga kenningu kommúnista saman í einni setningu; afnám einkaeignarréttar

A los comunistas se nos ha reprochado el deseo de abolir el derecho de adquirir personalmente la propiedad

Við kommúnistar höfum verið ávítaðir fyrir að vilja afnema réttinn til að eignast eignir persónulega

Se afirma que esta propiedad es el fruto del propio trabajo de un hombre

Því er haldið fram að þessi eign sé ávöxtur vinnu mannsins sjálfs

y se alega que esta propiedad es la base de toda libertad, actividad e independencia personal.

og þessi eign er sögð vera grundvöllur alls persónulegs frelsis, athafna og sjálfstæðis.

"¡Propiedad ganada con esfuerzo, adquirida por uno mismo, ganada por uno mismo!"

"Erfið, sjálfáunnin, sjálfunnin eign!"
¿Te refieres a la propiedad del pequeño artesano y del pequeño campesino?
Áttu við eign smáhandverksmannsins og smábóndans?
¿Te refieres a una forma de propiedad que precedió a la forma burguesa?
Ertu að meina eignaform sem var á undan borgarastéttarforminu?
No hay necesidad de abolir eso, el desarrollo de la industria ya lo ha destruido en gran medida
Það er óþarfi að afnema það, þróun iðnaðar hefur að miklu leyti þegar eyðilagt það
y el desarrollo de la industria sigue destruyéndola diariamente
og þróun iðnaðar eyðileggur það enn daglega
¿O te refieres a la propiedad privada de la burguesía moderna?
Eða meinarðu nútíma borgarastétt einkaeign?
Pero, ¿crea el trabajo asalariado alguna propiedad para el trabajador?
En skapar launavinnan einhverjar eignir fyrir verkamanninn?
¡No, el trabajo asalariado no crea ni una pizca de este tipo de propiedad!
Nei, launavinna skapar ekki eitt einasta af slíkri eign!
Lo que sí crea el trabajo asalariado es capital; ese tipo de propiedad que explota el trabajo asalariado
það sem laun vinna skapar er fjármagn; þess konar eign sem arðrænir launavinnu
El capital no puede aumentar sino a condición de engendrar una nueva oferta de trabajo asalariado para una nueva explotación
Fjármagn getur ekki aukist nema með því skilyrði að það sé nýtt framboð af launavinnu til nýrrar arðráns
La propiedad, en su forma actual, se basa en el antagonismo entre el capital y el trabajo asalariado

Eignin, í núverandi mynd, byggist á andstæðum fjármagns og launavinnu

Examinemos los dos lados de este antagonismo

Við skulum skoða báðar hliðar þessarar andstæðu

Ser capitalista es tener no sólo un estatus puramente personal

Að vera kapítalisti er ekki aðeins að hafa eingöngu persónulega stöðu

En cambio, ser capitalista es también tener un estatus social en la producción

þess í stað er það að vera kapítalisti líka að hafa félagslega stöðu í framleiðslu

porque el capital es un producto colectivo; Sólo mediante la acción unida de muchos miembros puede ponerse en marcha

vegna þess að fjármagn er sameiginleg afurð; aðeins með sameinuðum aðgerðum margra aðildarríkja er hægt að hrinda henni af stað

Pero esta acción unida es el último recurso, y en realidad requiere de todos los miembros de la sociedad

En þessi sameinaða aðgerð er síðasta úrræðið og krefst í raun allra þjóðfélagsþegna

El capital se convierte en propiedad de todos los miembros de la sociedad

Fjármagni breytist í eign allra þjóðfélagsþegna

pero el Capital no es, por lo tanto, un poder personal; Es un poder social

en fjármagnið er því ekki persónulegt vald; það er félagslegt vald

Así, cuando el capital se convierte en propiedad social, la propiedad personal no se transforma en propiedad social

þannig að þegar fjármagni er breytt í félagslega eign er persónulegum eignum ekki þar með breytt í félagslega eign

Lo único que cambia es el carácter social de la propiedad y pierde su carácter de clase

Það er aðeins félagslegt eðli eignarinnar sem breytist og glatar stéttareðli sínu

Veamos ahora el trabajo asalariado
Lítum nú á launavinnu
El precio medio del trabajo asalariado es el salario mínimo, es decir, la cantidad de medios de subsistencia
Meðalverð launavinnu er lágmarkslaun, þ.e.a.s. magn lífsviðurværis
Este salario es absolutamente necesario en la mera existencia de un obrero
Þessi laun eru algerlega nauðsynleg í berri tilveru sem verkamaður
Por lo tanto, lo que el asalariado se apropia por medio de su trabajo, sólo basta para prolongar y reproducir una existencia desnuda
Það sem launamaðurinn tileinkar sér með vinnu sinni, nægir því aðeins til að lengja og endurskapa nakna tilveru
De ninguna manera pretendemos abolir esta apropiación personal de los productos del trabajo
Við ætlum alls ekki að afnema þessa persónulegu eignun á afurðum vinnunnar
una apropiación que se hace para el mantenimiento y la reproducción de la vida humana
fjárveiting sem er gerð til viðhalds og æxlunar mannlegs lífs
Tal apropiación personal de los productos del trabajo no deja ningún excedente con el que ordenar el trabajo de otros
slík persónuleg eignun vinnuafurða skilur ekki eftir sig neinn afgang til að ráða yfir vinnu annarra
Lo único que queremos eliminar es el carácter miserable de esta apropiación
Það eina sem við viljum útrýma er ömurlegt eðli þessarar eignarnáms
la apropiación bajo la cual vive el obrero sólo para aumentar el capital
eignarnámið sem verkamaðurinn lifir á aðeins til að auka fjármagn
Sólo se le permite vivir en la medida en que lo exija el interés de la clase dominante

honum er aðeins leyft að lifa að svo miklu leyti sem
hagsmunir valdastéttarinnar krefjast þess
En la sociedad burguesa, el trabajo vivo no es más que un
medio para aumentar el trabajo acumulado
Í borgarastéttarsamfélagi er lifandi vinna aðeins leið til að
auka uppsafnað vinnuafl
En la sociedad comunista, el trabajo acumulado no es más
que un medio para ampliar, para enriquecer y para promover
la existencia del obrero
Í kommúnísku samfélagi er uppsöfnuð vinna aðeins leið til að
breikka, auðga og efla tilveru verkamannsins
En la sociedad burguesa, por lo tanto, el pasado domina al
presente
Í borgarastéttarsamfélaginu ræður fortíðin því ríkjum í
nútíðinni
en la sociedad comunista el presente domina al pasado
í kommúnísku samfélagi ræður nútíðin ríkjum í fortíðinni
En la sociedad burguesa el capital es independiente y tiene
individualidad
Í borgarastéttarsamfélaginu er fjármagnið sjálfstætt og hefur
sérstöðu
En la sociedad burguesa la persona viva es dependiente y no
tiene individualidad
Í borgarastéttarsamfélaginu er lifandi manneskjan háð og
hefur enga einstaklingsstöðu
¡Y la abolición de este estado de cosas es llamada por la
burguesía, abolición de la individualidad y de la libertad!
Og afnám þessa ástands er kallað af borgarastéttinni, afnám
einstaklingshyggju og frelsis!
¡Y con razón se llama la abolición de la individualidad y de
la libertad!
Og það er réttilega kallað afnám einstaklingshyggju og frelsis!
El comunismo aspira a la abolición de la individualidad
burguesa
Kommúnisminn stefnir að afnámi einstaklingshyggju
borgarastéttarinnar

El comunismo pretende la abolición de la independencia burguesa

Kommúnisminn ætlar að afnema sjálfstæði borgarastéttarinnar

La libertad burguesa es, sin duda, a lo que aspira el comunismo

Frelsi borgarastéttarinnar er án efa það sem kommúnisminn stefnir að

en las actuales condiciones de producción de la burguesía, la libertad significa libre comercio, libre venta y compra

við núverandi framleiðsluskilyrði borgarastéttarinnar þýðir frelsi frjáls viðskipti, frjáls sala og kaup

Pero si desaparece la venta y la compra, también desaparece la libre venta y la compra

En ef sala og kaup hverfa hverfur frjáls sala og kaup líka

Las "palabras valientes" de la burguesía sobre la libre venta y compra sólo tienen sentido en un sentido limitado

"hugrökk orð" borgarastéttarinnar um frjálsa sölu og kaup hafa aðeins merkingu í takmörkuðum skilningi

Estas palabras tienen significado solo en contraste con la venta y la compra restringidas

Þessi orð hafa aðeins merkingu öfugt við takmarkaða sölu og kaup

y estas palabras sólo tienen sentido cuando se aplican a los comerciantes encadenados de la Edad Media

og þessi orð hafa aðeins merkingu þegar þau eru notuð um fjötra kaupmenn miðalda

y eso supone que estas palabras incluso tienen un significado en un sentido burgués

og það gerir ráð fyrir að þessi orð hafi jafnvel merkingu í borgarastéttarlegum skilningi

pero estas palabras no tienen ningún significado cuando se usan para oponerse a la abolición comunista de la compra y venta

en þessi orð hafa enga merkingu þegar þau eru notuð til að berjast gegn afnámi kommúnista á kaupum og sölu

las palabras no tienen sentido cuando se usan para oponerse
a la abolición de las condiciones de producción de la
burguesía

orðin hafa enga merkingu þegar þau eru notuð til að berjast
gegn því að framleiðsluskilyrði borgarastéttarinnar verði
afnumin

y no tienen ningún sentido cuando se utilizan para oponerse
a la abolición de la propia burguesía

og þeir hafa enga merkingu þegar þeir eru notaðir til að
berjast gegn því að borgarastéttin sjálf verði afnumin

Ustedes están horrorizados de nuestra intención de acabar
con la propiedad privada

Þú ert skelfingu lostinn yfir því að við ætlum að afnema
einkaeign

Pero en la sociedad actual, la propiedad privada ya ha sido
eliminada para las nueve décimas partes de la población

En í núverandi samfélagi þínu er einkaeign þegar afnumin
fyrir níu tíundu hluta íbúanna

La existencia de la propiedad privada para unos pocos se
debe únicamente a su inexistencia en manos de las nueve
décimas partes de la población

Tilvist einkaeignar fárra stafar eingöngu af því að hún er ekki
til í höndum níu tíundu hluta íbúanna

Por lo tanto, nos reprochas que pretendamos acabar con una
forma de propiedad

Þú átelur okkur því að ætla að afnema eignaform

Pero la propiedad privada requiere la inexistencia de
propiedad alguna para la inmensa mayoría de la sociedad

en einkaeign krefst þess að gríðarlegur meirihluti samfélagsins
sé ekki til nokkrar eignar

En una palabra, nos reprochas que pretendamos acabar con
tu propiedad

Í einu orði, þú átelur okkur fyrir að ætla að leggja niður eignir
þínar

Y es precisamente así; prescindir de su propiedad es justo lo
que pretendemos

Og það er einmitt svo; að losa sig við eignina þína er einmitt
það sem við ætlum okkur

**Desde el momento en que el trabajo ya no puede convertirse
en capital, dinero o renta**

Frá því augnabliki þegar ekki er lengur hægt að breyta vinnu í
fjármagn, peninga eða leigu

**cuando el trabajo ya no puede convertirse en un poder social
capaz de ser monopolizado**

þegar ekki er lengur hægt að breyta vinnuaflinu í félagslegt
vald sem hægt er að einoka

**desde el momento en que la propiedad individual ya no
puede transformarse en propiedad burguesa**

frá því augnabliki þegar ekki er lengur hægt að breyta
einstaklingseign í borgarastéttareign

**desde el momento en que la propiedad individual ya no
puede transformarse en capital**

frá því augnabliki þegar ekki er lengur hægt að breyta
einstökum eignum í fjármagn

**A partir de ese momento, dices que la individualidad se
desvanece**

Frá þeirri stundu segir þú að einstaklingshyggjan hverfi

**Debéis confesar, pues, que por "individuo" no os referimos a
otra persona que a la burguesía**

Þú verður því að játa að með "einstaklingi" átt þú ekki við
neina aðra persónu en borgarastéttina

**Debes confesar que se refiere específicamente al propietario
de una propiedad de clase media**

Þú verður að játa að það vísar sérstaklega til
millistéttareiganda eigna

**Esta persona debe, en verdad, ser barrida del camino, y
hecha imposible**

Þessari manneskju verður að vísu að vera sópað úr vegi og
gerð ómöguleg

**El comunismo no priva a ningún hombre del poder de
apropiarse de los productos de la sociedad**

Kommúnismi sviptir engan mann valdi til að eigna sér afurðir
samfélagsins

**todo lo que hace el comunismo es privarlo del poder de
subyugar el trabajo de otros por medio de tal apropiación**

það eina sem kommúnisminn gerir er að svipta hann valdinu
til að leggja undir sig vinnu annarra með slíkri eignun

**Se ha objetado que, tras la abolición de la propiedad
privada, cesará todo trabajo**

Því hefur verið mótmælt að við afnám einkaeignarréttar muni
öll vinna hætta

**y entonces se sugiere que la pereza universal se apoderará de
nosotros**

og því er síðan gefið í skyn að alheims leti muni ná okkur

**De acuerdo con esto, la sociedad burguesa debería haber ido
hace mucho tiempo a los perros por pura ociosidad**

Samkvæmt þessu hefði borgarastéttin fyrir löngu átt að fara í
hundana af einskæru iðjuleysi

**porque los de sus miembros que trabajan, no adquieren
nada**

vegna þess að þeir meðlimir þess sem vinna, eignast ekkert

y los de sus miembros que adquieren algo, no trabajan

og þeir meðlimir þess sem eignast eitthvað, vinna ekki

**Toda esta objeción no es más que otra expresión de la
tautología**

Öll þessi andmæli eru aðeins enn ein tjáning tautologiarinnar

**Ya no puede haber trabajo asalariado cuando ya no hay
capital**

það getur ekki lengur verið nein launavinna þegar ekkert
fjármagn er lengur til

**No hay diferencia entre los productos materiales y los
productos mentales**

Það er enginn munur á efnislegum vörum og hugrænum
afurðum

**El comunismo propone que ambos se producen de la misma
manera**

Kommúnisminn leggur til að hvort tveggja sé framleitt á sama hátt

pero las objeciones contra los modos comunistas de producirlos son las mismas

en andmælin gegn kommúnískum aðferðum við að framleiða þetta eru þau sömu

para la burguesía, la desaparición de la propiedad de clase es la desaparición de la producción misma

fyrir borgarastéttina er hvarf stéttaeignarinnar hvarf framleiðslunnar sjálfrar

De modo que la desaparición de la cultura de clase es para él idéntica a la desaparición de toda cultura

þannig að hvarf stéttarmenningarinnar er fyrir honum eins og hvarf allrar menningar

Esa cultura, cuya pérdida lamenta, es para la inmensa mayoría un mero entrenamiento para actuar como una máquina

Sú menning, sem hann harmar, er fyrir gríðarlegan meirihluta aðeins þjálfun til að starfa sem vél

Los comunistas tienen la firme intención de abolir la cultura de la propiedad burguesa

Kommúnistar ætla sér mjög að afnema menningu borgarastéttarinnar

Pero no discutan con nosotros mientras apliquen el estándar de sus nociones burguesas de libertad, cultura, ley, etc

En ekki rífast við okkur svo lengi sem þú beitir mælikvarða borgarastéttarinnar hugmynda þinna um frelsi, menningu, lög o.s.frv

Vuestras mismas ideas no son más que el resultado de las condiciones de la producción burguesa y de la propiedad burguesa

Sjálfar hugmyndir þínar eru aðeins afrakstur skilyrða borgarastéttarframleiðslu þinnar og borgarastéttareigna

del mismo modo que vuestra jurisprudencia no es más que la voluntad de vuestra clase convertida en ley para todos

alveg eins og lögfræði þín er aðeins vilji stéttar þinnar gerður
að lögum fyrir alla

**El carácter esencial y la dirección de esta voluntad están
determinados por las condiciones económicas que crea su
clase social**

Grundvallareðli og stefna þessa vilja ræðst af efnahagslegum
aðstæðum sem þjóðfélagsstéttin skapar

**El concepto erróneo egoísta que te induce a transformar las
formas sociales en leyes eternas de la naturaleza y de la
razón**

Eigingjarn misskilningur sem fær þig til að umbreyta
félagslegum formum í eilíf lögmál náttúrunnar og
skynseminnar

**las formas sociales que brotan de vuestro actual modo de
producción y de vuestra forma de propiedad**

félagslegu formin sem spretta upp úr núverandi
framleiðsluhætti þínum og eignaformi

**relaciones históricas que surgen y desaparecen en el
progreso de la producción**

söguleg tengsl sem rísa og hverfa í framvindu framleiðslunnar

**Este concepto erróneo lo compartes con todas las clases
dominantes que te han precedido**

þennan misskilning sem þú deilir með öllum valdastéttum
sem hafa verið á undan þér

**Lo que se ve claramente en el caso de la propiedad antigua,
lo que se admite en el caso de la propiedad feudal**

Það sem þú sérð greinilega þegar um fornar eignir er að ræða,
það sem þú viðurkennir þegar um lénseign er að ræða

**estas cosas, por supuesto, le está prohibido admitir en el caso
de su propia forma burguesa de propiedad**

þessu er yður auðvitað bannað að viðurkenna þegar um er að
ræða eigið borgarastéttarform

**¡Abolición de la familia! Hasta los más radicales estallan
ante esta infame propuesta de los comunistas**

Afnám fjölskyldunnar! Jafnvel róttækustu blossa upp við
þessa alræmdu tillögu kommúnista

¿Sobre qué base se asienta la familia actual, la familia Bourgeoisie?

Á hvaða grunni er núverandi fjölskylda, borgarastéttarfjölskyldan?

La base de la familia actual se basa en el capital y la ganancia privada

Grundvöllur núverandi fjölskyldu byggist á fjármagni og einkagróða

En su forma completamente desarrollada, esta familia sólo existe entre la burguesía

Í sinni fullkomnu mynd er þessi fjölskylda aðeins til meðal borgarastéttarinnar

Este estado de cosas encuentra su complemento en la ausencia práctica de la familia entre los proletarios

Þetta ástand á sér uppbót í raunhæfri fjarveru fjölskyldunnar meðal öreiganna

Este estado de cosas se puede encontrar en la prostitución pública

Þetta ástand er að finna í opinberu vændi

La familia Bourgeoisie se desvanecerá como algo natural cuando su complemento se desvanezca

Borgarastéttarfjölskyldan mun hverfa sjálfsagður þegar fylgi hennar hverfur

y ambos se desvanecerán con la desaparición del capital

og báðir þessir vilja munu hverfa með brotthvarfi fjármagnsins

¿Nos acusan de querer detener la explotación de los niños por parte de sus padres?

Ásakar þú okkur um að vilja stöðva misnotkun foreldra þeirra á börnum?

De este crimen nos declaramos culpables

Um þennan glæp játum við sök

Pero, dirás, destruimos la más sagrada de las relaciones, cuando reemplazamos la educación en el hogar por la educación social

En þú munt segja, við eyðileggjum helgustu samskiptin, þegar við skiptum út heimakennslu fyrir félagsfræðslu

¿No es también social su educación? ¿Y no está determinado por las condiciones sociales en las que se educa?

Er menntun þín ekki líka félagsleg? Og ræðst það ekki af félagslegum aðstæðum sem þú menntar þig við?

por la intervención, directa o indirecta, de la sociedad, por medio de las escuelas, etc.

með íhlutun, beinni eða óbeinni, af samfélaginu, með skólum o.s.frv.

Los comunistas no han inventado la intervención de la sociedad en la educación

Kommúnistar hafa ekki fundið upp afskipti samfélagsins af menntun

lo único que pretenden es alterar el carácter de esa intervención

þeir leitast aðeins við að breyta eðli þeirrar íhlutunar

y buscan rescatar la educación de la influencia de la clase dominante

og þeir leitast við að bjarga menntun frá áhrifum valdastéttarinnar

La burguesía habla de la sagrada correlación entre padres e hijos

Borgarastéttin talar um heilagt samband foreldris og barns

pero esta trampa sobre la familia y la educación se vuelve aún más repugnante cuando miramos a la industria moderna

en þessi klappgildra um fjölskylduna og menntun verður þeim mun ógeðslegri þegar við lítum á nútímaiðnað

Todos los lazos familiares entre los proletarios son desgarrados por la industria moderna

Öll fjölskyldubönd öreiganna eru slitin í sundur af nútíma iðnaði

Sus hijos se transforman en simples artículos de comercio e instrumentos de trabajo

börnum þeirra er breytt í einfaldar verslunarvörur og vinnutæki

Pero vosotros, los comunistas, creáis una comunidad de mujeres, grita a coro toda la burguesía

En þið kommúnistar mynduð búa til samfélag kvenna, öskrar öll borgarastéttin í kór

La burguesía ve en su mujer un mero instrumento de producción

Borgarastéttin sér í konu sinni aðeins framleiðslutæki

Oye que los instrumentos de producción deben ser explotados por todos

Hann heyrir að allir eigi að nýta framleiðslutækin

Y, naturalmente, no puede llegar a otra conclusión que la de que la suerte de ser común a todos recaerá igualmente en las mujeres

og að sjálfsögðu getur hann ekki komist að annarri niðurstöðu en þeirri að hlutskipti þess að vera sameiginlegur öllum muni sömuleiðis falla á konur

Ni siquiera sospecha que el verdadero objetivo es acabar con la condición de la mujer como meros instrumentos de producción

Hann hefur ekki einu sinni grun um að raunverulegi tilgangurinn sé að afnema stöðu kvenna sem eingöngu framleiðslutæki

Por lo demás, nada es más ridículo que la virtuosa indignación de nuestra burguesía contra la comunidad de mujeres

Að öðru leyti er ekkert fáránlegra en dyggðug reiði borgarastéttarinnar á samfélagi kvenna

pretenden que sea abierta y oficialmente establecida por los comunistas

þeir láta eins og það eigi að vera opinberlega stofnað af kommúnistum

Los comunistas no tienen necesidad de introducir la comunidad de mujeres, ha existido casi desde tiempos inmemoriales

Kommúnistar hafa enga þörf fyrir að innleiða samfélag kvenna, það hefur verið til nánast frá örófi alda

Nuestra burguesía no se contenta con tener a su disposición a las mujeres e hijas de sus proletarios
Borgarastétt okkar lætur sér ekki nægja að hafa eiginkonur og dætur öreiganna til ráðstöfunar

Tienen el mayor placer en seducir a las esposas de los demás
þau hafa mesta ánægju af því að tæla eiginkonur hvors annars

Y eso sin hablar de las prostitutas comunes
og þá er ekki einu sinni talað um venjulegar vændiskonur

El matrimonio burgués es en realidad un sistema de esposas en común
Hjónaband borgarastéttarinnar er í raun sameiginlegt kerfi eiginkvenna

entonces hay una cosa que se podría reprochar a los comunistas
þá er eitt sem kommúnistar gætu hugsanlega verið ásakaðir um

Desean introducir una comunidad de mujeres abiertamente legalizada
þær þrá að koma á fót opinberlega lögleiddu samfélagi kvenna

en lugar de una comunidad de mujeres hipócritamente oculta
frekar en hræsnisfullt hulið samfélag kvenna

la comunidad de mujeres que surgen del sistema de producción
samfélag kvenna sem sprettur upp úr framleiðslukerfinu

abolid el sistema de producción y abolid la comunidad de mujeres
afnema framleiðslukerfið og þú afnemur samfélag kvenna

Se suprime la prostitución pública y la prostitución privada
bæði opinbert vændi er afnumið og einkavændi

A los comunistas se les reprocha, además, que desean abolir los países y las nacionalidades
Kommúnistar eru ennfremur ávítaðir fyrir að vilja afnema lönd og þjóðerni

Los trabajadores no tienen patria, así que no podemos quitarles lo que no tienen

Vinnandi menn eiga ekkert land, svo við getum ekki tekið frá þeim það sem þeir hafa ekki fengið

El proletariado debe, ante todo, adquirir la supremacía política

öreigastéttin verður fyrst og fremst að öðlast pólitísk yfirráð

El proletariado debe elevarse para ser la clase dirigente de la nación

öreigastéttin verður að rísa upp og verða forystustétt þjóðarinnar

El proletariado debe constituirse en la nación

öreigastéttin verður að gera sig að þjóð

es, hasta ahora, nacional, aunque no en el sentido burgués de la palabra

hún er enn sem komið er sjálf þjóðleg, þó ekki í borgarastéttarlegum skilningi þess orðs

Las diferencias nacionales y los antagonismos entre los pueblos desaparecen cada día más

Þjóðernismunur og andstæður milli þjóða hverfa daglega meira og meira

debido al desarrollo de la burguesía, a la libertad de comercio, al mercado mundial

vegna þróunar borgarastéttarinnar, viðskiptafrelsis, heimsmarkaðarins

a la uniformidad en el modo de producción y en las condiciones de vida correspondientes

einsleitni í framleiðsluháttum og lífsskilyrðum sem þeim fylgja

La supremacía del proletariado hará que desaparezcan aún más rápidamente

Yfirburðir öreigastéttarinnar munu valda því að þeir hverfa enn hraðar

La acción unida, al menos de los principales países civilizados, es una de las primeras condiciones para la emancipación del proletariado

Sameinaðar aðgerðir, að minnsta kosti helstu siðmenntuðu
ríkjanna, eru eitt fyrsta skilyrðið fyrir frelsi öreigastéttarinnar
**En la medida en que se ponga fin a la explotación de un
individuo por otro, también se pondrá fin a la explotación de
una nación por otra.**

Að sama skapi og arðráni annars á einum einstaklingi er
stöðvað, verður einnig bundið enda á arðrán annarrar þjóðar
**A medida que desaparezca el antagonismo entre las clases
dentro de la nación, la hostilidad de una nación hacia otra
llegará a su fin**

Um leið og andstæðan milli stétta innan þjóðarinnar hverfur,
mun fjandskap einnar þjóðar við aðra líða undir lok
**Las acusaciones contra el comunismo hechas desde un punto
de vista religioso, filosófico y, en general, ideológico, no
merecen un examen serio**

Ásakanirnar á hendur kommúnismanum, sem settar eru fram
út frá trúarlegu, heimspekilegu og almennt
hugmyndafræðilegu sjónarmiði, verðskulda ekki alvarlega
skoðun
**¿Se requiere una intuición profunda para comprender que
las ideas, puntos de vista y concepciones del hombre
cambian con cada cambio en las condiciones de su existencia
material?**

Þarf djúpt innsæi til að skilja að hugmyndir, skoðanir og
hugmyndir mannsins breytast með hverri breytingu á
efnislegum tilveruskilyrðum hans?
**¿No es obvio que la conciencia del hombre cambia cuando
cambian sus relaciones sociales y su vida social?**

Er ekki augljóst að vitund mannsins breytist þegar félagsleg
tengsl hans og félagslíf breytast?
**¿Qué otra cosa prueba la historia de las ideas sino que la
producción intelectual cambia de carácter a medida que
cambia la producción material?**

Hvað annað sannar hugmyndasagan en að vitsmunaleg
framleiðsla breytir eðli sínu í réttu hlutfalli við efnislega
framleiðslu?

Las ideas dominantes de cada época han sido siempre las ideas de su clase dominante

Ríkjandi hugmyndir hverrar aldar hafa alltaf verið hugmyndir valdastéttar hennar

Cuando se habla de ideas que revolucionan la sociedad, no hace más que expresar un hecho

Þegar fólk talar um hugmyndir sem umbylta samfélaginu tjáir það aðeins eina staðreynd

Dentro de la vieja sociedad, se han creado los elementos de una nueva

Innan gamla samfélagsins hafa þættir nýs skapast

y que la disolución de las viejas ideas sigue el mismo ritmo que la disolución de las viejas condiciones de existencia

og að upplausn hinna gömlu hugmynda heldur í við upplausn hinna gömlu tilveruskilyrða

Cuando el mundo antiguo estaba en sus últimos estertores, las religiones antiguas fueron vencidas por el cristianismo

Þegar hinn forni heimur var í sínum síðustu þrengingum voru hin fornu trúarbrögð yfirbuguð af kristni

Cuando las ideas cristianas sucumbieron en el siglo XVIII a las ideas racionalistas, la sociedad feudal libró su batalla a muerte contra la burguesía revolucionaria de entonces

Þegar kristnar hugmyndir féllu á 18. öld fyrir skynsemishyggjuhugmyndum háði lénssamfélagið dauðabaráttu sína við þáverandi byltingarsinnaða borgarastétt

Las ideas de la libertad religiosa y de la libertad de conciencia no hacían más que expresar el dominio de la libre competencia en el dominio del conocimiento

Hugmyndir um trúfrelsi og samviskufrelsi tjáðu aðeins vald frjálsrar samkeppni á sviði þekkingar

"Indudablemente", se dirá, "las ideas religiosas, morales, filosóficas y jurídicas se han modificado en el curso del desarrollo histórico"

"Vafalaust," verður sagt, "hafa trúarlegar, siðferðilegar, heimspekilegar og lagalegar hugmyndir breyst í sögulegri þróun"

"Pero la religión, la filosofía de la moral, la ciencia política y el derecho, sobrevivieron constantemente a este cambio"

"En trúarbrögð, siðferðisheimspeki, stjórnmálafræði og lögfræði, lifðu stöðugt af þessa breytingu"

"También hay verdades eternas, como la Libertad, la Justicia, etc."

"Það eru líka til eilíf sannindi, eins og frelsi, réttlæti o.s.frv."

"Estas verdades eternas son comunes a todos los estados de la sociedad"

"Þessi eilífu sannindi eru sameiginleg öllum ríkjum þjóðfélagsins"

"Pero el comunismo suprime las verdades eternas, suprime toda religión y toda moral"

"En kommúnisminn afnemur eilíf sannindi, hann afnemur öll trúarbrögð og allt siðferði"

"Lo hace en lugar de constituirlos sobre una nueva base"

"Það gerir þetta í stað þess að mynda þau á nýjum grunni"

"Por lo tanto, actúa en contradicción con toda la experiencia histórica pasada"

"hún virkar því í mótsögn við alla fyrri sögulega reynslu"

¿A qué se reduce esta acusación?

Í hvað minnkar þessi ásökun sig?

La historia de toda la sociedad pasada ha consistido en el desarrollo de antagonismos de clase

Saga allra fyrri samfélaga hefur falist í þróun stéttaandstæðna

antagonismos que asumieron diferentes formas en diferentes épocas

andstæður sem tóku á sig mismunandi myndir á mismunandi tímum

Pero cualquiera que sea la forma que hayan tomado, un hecho es común a todas las épocas pasadas

En hvaða mynd sem þau kunna að hafa tekið á sig, þá er ein staðreynd sameiginleg öllum liðnum öldum

la explotación de una parte de la sociedad por la otra

arðrán annars hluta samfélagsins af hinu

No es de extrañar, pues, que la conciencia social de épocas pasadas se mueva dentro de ciertas formas comunes o ideas generales

Það er því engin furða að félagsleg vitund fyrri alda hreyfist innan ákveðinna sameiginlegra forma eða almennra hugmynda

(y eso a pesar de toda la multiplicidad y variedad que muestra)

(og það er þrátt fyrir alla fjölbreytnina og fjölbreytnina sem það sýnir)

y éstos no pueden desaparecer por completo sino con la desaparición total de los antagonismos de clase

og þetta getur ekki horfið alveg nema með því að stéttaandstæðurnar hverfa algerlega

La revolución comunista es la ruptura más radical con las relaciones tradicionales de propiedad

Kommúnistabyltingin er róttækasta rofið á hefðbundnum eignatengslum

No es de extrañar que su desarrollo implique la ruptura más radical con las ideas tradicionales

engin furða að þróun þess feli í sér róttækasta rof við hefðbundnar hugmyndir

Pero dejemos de lado las objeciones de la burguesía al comunismo

En við skulum vera búin með andmæli borgarastéttarinnar gegn kommúnisma

Hemos visto más arriba el primer paso de la revolución de la clase obrera

Við höfum séð hér að ofan fyrsta skref verkalýðsins í byltingunni

Hay que elevar al proletariado a la posición de gobernante, para ganar la batalla de la democracia

Öreigastéttin verður að rísa upp í þá stöðu að ráða, til að vinna baráttuna um lýðræðið

El proletariado utilizará su supremacía política para arrebatar, poco a poco, todo el capital a la burguesía

Öreigastéttin mun nota pólitíska yfirburði sína til að hrifsa smám saman allt fjármagn af borgarastéttinni
centralizará todos los instrumentos de producción en manos del Estado
það mun miðstýra öllum framleiðslutækjum í höndum ríkisins
En otras palabras, el proletariado organizado como clase dominante
með öðrum orðum, öreigastéttin skipulögð sem valdastétt
y aumentará el total de las fuerzas productivas lo más rápidamente posible
og það mun auka heildarframleiðsluaflið eins hratt og auðið er
Por supuesto, al principio, esto no puede llevarse a cabo sino por medio de incursiones despóticas en los derechos de propiedad
Auðvitað er ekki hægt að gera þetta í upphafi nema með einræðislegum innrásum í eignarréttinn
y tiene que lograrse en las condiciones de la producción burguesa
og það verður að ná fram á forsendum borgarastéttarinnar
Por lo tanto, se logra mediante medidas que parecen económicamente insuficientes e insostenibles
Það er því náð með ráðstöfunum sem virðast efnahagslega ófullnægjandi og óviðunandi
pero estos medios, en el curso del movimiento, se superan a sí mismos
en þessar aðferðir fara fram úr sjálfum sér á meðan á hreyfingunni stendur
Requieren nuevas incursiones en el viejo orden social
þær krefjast frekari innrásar í gamla þjóðfélagsskipanina
y son ineludibles como medio de revolucionar por completo el modo de producción
og þær eru óhjákvæmilegar til að gjörbylta framleiðsluháttum
Por supuesto, estas medidas serán diferentes en los distintos países
Þessar ráðstafanir verða auðvitað mismunandi í mismunandi löndum

Sin embargo, en los países más avanzados, lo siguiente será de aplicación bastante general

Engu að síður í þróuðustu löndunum mun eftirfarandi eiga nokkuð almennt við

1. Abolición de la propiedad de la tierra y aplicación de todas las rentas de la tierra a fines públicos.

1. Afnám eignarréttar á landi og beiting allrar leigu á landi til opinberra nota.

2. Un fuerte impuesto progresivo o gradual sobre la renta.

2. Þungur stighækkandi eða þrepaskiptur tekjuskattur.

3. Abolición de todo derecho de herencia.

3. Afnám alls erfðaréttar.

4. Confiscación de los bienes de todos los emigrantes y rebeldes.

4. Upptaka eigna allra brottfluttra og uppreisnarmanna.

5. Centralización del crédito en manos del Estado, por medio de un banco nacional de capital estatal y monopolio exclusivo.

5. Miðstýring lánsfjár í höndum ríkisins með ríkisbanka með ríkisfé og einkaeinokun.

6. Centralización de los medios de comunicación y transporte en manos del Estado.

6. Miðstýring samskipta- og flutningatækja í höndum ríkisins.

7. Ampliación de fábricas e instrumentos de producción propiedad del Estado

7. Stækkun verksmiðja og framleiðslutækja í eigu ríkisins

la puesta en cultivo de tierras baldías y el mejoramiento del suelo en general de acuerdo con un plan común.

að rækta auðnlendi og bæta jarðveginn almennt í samræmi við sameiginlega áætlun.

8. Igual responsabilidad de todos hacia el trabajo

8. Jöfn ábyrgð allra gagnvart vinnuafli

Establecimiento de ejércitos industriales, especialmente para la agricultura.

Stofnun iðnaðarherja, sérstaklega fyrir landbúnað.

9. Combinación de la agricultura con las industrias manufactureras

9. Samsetning landbúnaðar og framleiðsluiðnaðar

Abolición gradual de la distinción entre la ciudad y el campo, por una distribución más equitativa de la población en todo el país.

smám saman afnám aðgreiningar milli borgar og sveita, með jafnari dreifingu íbúa um landið.

10. Educación gratuita para todos los niños en las escuelas públicas.

10. Ókeypis menntun fyrir öll börn í opinberum skólum.

Abolición del trabajo infantil en las fábricas en su forma actual

Afnám verksmiðjuvinnu barna í núverandi mynd

Combinación de la educación con la producción industrial

Sambland menntunar og iðnaðarframleiðslu

Cuando, en el curso del desarrollo, las distinciones de clase han desaparecido

Þegar, í þróunarferlinu, hefur stéttamunur horfið

y cuando toda la producción se ha concentrado en manos de una vasta asociación de toda la nación

og þegar öll framleiðsla hefur safnast saman í höndum mikils félags allrar þjóðarinnar

entonces el poder público perderá su carácter político

þá missir hið opinbera vald pólitískt eðli sitt

El poder político, propiamente dicho, no es más que el poder organizado de una clase para oprimir a otra

Pólitískt vald, sem svo er kallað, er aðeins skipulagt vald einnar stéttar til að kúga aðra

Si el proletariado, en su lucha contra la burguesía, se ve obligado, por la fuerza de las circunstancias, a organizarse como clase

Ef öreigastéttin í baráttu sinni við borgarastéttina er neydd til að skipuleggja sig sem stétt vegna aðstæðna

si, por medio de una revolución, se convierte en la clase dominante

ef hún gerir sjálfa sig að valdastétt með byltingu
y, como tal, barre por la fuerza las viejas condiciones de producción
og sem slík sópar hún burt með valdi gömlum framleiðsluskilyrðum
entonces, junto con estas condiciones, habrá barrido las condiciones para la existencia de los antagonismos de clase y de las clases en general
þá mun það, ásamt þessum skilyrðum, hafa sópað burt skilyrðunum fyrir tilvist stéttaandstæðna og stétta almennt
y con ello habrá abolido su propia supremacía como clase.
og mun þar með hafa afnumið eigin yfirráð sem stétt.
En lugar de la vieja sociedad burguesa, con sus clases y sus antagonismos de clase, tendremos una asociación
Í stað gamla borgarastéttarfélagsins, með stéttum sínum og stéttaandstæðum, munum við hafa félag
una asociación en la que el libre desarrollo de cada uno sea la condición para el libre desarrollo de todos
félag þar sem frjáls þróun hvers og eins er skilyrði frjálsrar þróunar allra

1) Socialismo reaccionario
1) Afturhaldssamur sósíalismi

a) Socialismo feudal
a) Feudal sósíalismi

las aristocracias de Francia e Inglaterra tenían una posición histórica única
aðalsmenn Frakklands og Englands höfðu einstaka sögulega stöðu
se convirtió en su vocación escribir panfletos contra la sociedad burguesa moderna
það varð köllun þeirra að skrifa bæklinga gegn nútíma borgarastéttarsamfélagi
En la Revolución Francesa de julio de 1830 y en la agitación reformista inglesa
Í frönsku byltingunni í júlí 1830 og í ensku umbótaæsingnum
Estas aristocracias sucumbieron de nuevo ante el odioso advenedizo
Þessir aðalsmenn féllu aftur fyrir hatursfullum uppreisnarmanni
A partir de entonces, una contienda política seria quedó totalmente fuera de discusión
Upp frá því kom alvarleg pólitísk keppni alls ekki til greina
Todo lo que quedaba posible era una batalla literaria, no una batalla real
Það eina sem eftir var var bókmenntabarátta, ekki raunveruleg barátta
Pero incluso en el dominio de la literatura, los viejos gritos del período de la restauración se habían vuelto imposibles
En jafnvel á sviði bókmennta voru gömlu hrópin um endurreisnartímabilið orðin ómöguleg
Para despertar simpatías, la aristocracia se vio obligada a perder de vista, aparentemente, sus propios intereses
Til þess að vekja samúð neyddust aðalsmenn til að missa sjónar, að því er virðist, á eigin hagsmunum

y se vieron obligados a formular su acusación contra la burguesía en interés de la clase obrera explotada

og þeir voru neyddir til að móta ákæru sína á hendur borgarastéttinni í þágu arðrændu verkalýðsstéttarinnar

Así, la aristocracia se vengó cantando sátiras a su nuevo amo

Þannig hefndi aðalsstéttin sín með því að syngja læðingar um nýja húsbónda sinn

y se vengaron susurrándole al oído siniestras profecías de catástrofe venidera

og þeir hefndu sín með því að hvísla í eyru hans óheillavænlegum spádómum um komandi hörmungar

De esta manera surgió el socialismo feudal: mitad lamentación, mitad sátira

Á þennan hátt varð til feudal sósíalismi: hálft harmakvein, hálft háðsglósa

Sonaba como medio eco del pasado y proyectaba mitad amenaza del futuro

það hljómaði sem hálft bergmál fortíðar og varpaði hálfri ógn af framtíðinni

a veces, con su crítica amarga, ingeniosa e incisiva, golpeó a la burguesía hasta la médula

stundum sló hún borgarastéttina inn í hjarta sitt með beiskri, hnyttinni og beittri gagnrýni sinni

pero siempre fue ridículo en su efecto, por su total incapacidad para comprender la marcha de la historia moderna

en hún var alltaf fáránleg í áhrifum sínum, vegna algerrar vangetu til að skilja framvindu nútímasögunnar

La aristocracia, con el fin de atraer al pueblo hacia ellos, agitaba la bolsa de limosnas proletaria delante como una bandera

Aðalsstéttin, til að fylkja fólkinu að sér, veifaði öreiga-ölmusupokanum fyrir framan borða

Pero el pueblo, tan a menudo como se unía a ellos, veía en sus cuartos traseros los antiguos escudos de armas feudales

En svo oft sem það slóst í för með þeim, sá fólkið á afturhluta sér gömlu lénsskjaldarmerkin

y desertaron con carcajadas ruidosas e irreverentes

og þeir hurfu frá með háværum og virðingarlausum hlátri

Un sector de los legitimistas franceses y de la "Joven Inglaterra" exhibió este espectáculo

Einn hluti Frönsku lögmætissinnanna og "Unga Englands" sýndi þetta sjónarspil

los feudales señalaban que su modo de explotación era diferente al de la burguesía

lénssinnarnir bentu á að arðrán þeirra væri öðruvísi en borgarastéttarinnar

Los feudales olvidan que explotaron en circunstancias y condiciones muy diferentes

Lénsmennirnir gleyma því að þeir nýttu sér við aðstæður og aðstæður sem voru allt aðrar

Y no se dieron cuenta de que tales métodos de explotación ahora son anticuados

og þeir tóku ekki eftir því að slíkar aðferðir við arðrán eru nú úreltar

demostraron que, bajo su gobierno, el proletariado moderno nunca existió

þeir sýndu að undir stjórn þeirra var nútíma öreigastéttin aldrei til

pero olvidan que la burguesía moderna es el vástago necesario de su propia forma de sociedad

en þeir gleyma því að nútíma borgarastétt er nauðsynlegt afsprengi þeirra eigin samfélagsforms

Por lo demás, apenas ocultan el carácter reaccionario de su crítica

Að öðru leyti leyna þeir varla afturhaldseðli gagnrýni sinnar

su principal acusación contra la burguesía es la siguiente

helsta ásökun þeirra á hendur borgarastéttinni er eftirfarandi

bajo el régimen de la burguesía se está desarrollando una clase social

undir stjórn borgarastéttarinnar er verið að þróast
þjóðfélagsstétt
**Esta clase social está destinada a cortar de raíz el viejo orden
de la sociedad**
þessari þjóðfélagsstétt er ætlað að róta upp rótum og greina
gamla þjóðfélagsskipan
**Lo que reprochan a la burguesía no es tanto que cree un
proletariado**
Það sem þeir ávíta borgarastéttina fyrir er ekki svo mikið að
það skapi öreigastétt.
**lo que reprochan a la burguesía es más bien que crea un
proletariado revolucionario**
það sem þeir ávíta borgarastéttina fyrir er meira að hún skapi
byltingarsinnaða öreigalýð
**En la práctica política, por lo tanto, se unen a todas las
medidas coercitivas contra la clase obrera**
Í stjórnmálum taka þeir því þátt í öllum þvingunaraðgerðum
gegn verkalýðnum
**Y en la vida ordinaria, a pesar de sus frases altisonantes, se
inclinan a recoger las manzanas de oro que caen del árbol de
la industria**
og í daglegu lífi, þrátt fyrir háfalutin frasa sína, beygja þeir sig
til að taka upp gullnu eplini sem falla hafa verið af tré
iðnaðarins
**y trocan la verdad, el amor y el honor por el comercio de
lana, azúcar de remolacha y aguardiente de patata**
og þeir skipta á sannleika, ást og heiðri fyrir verslun með ull,
rauðrófusykur og kartöflubrennivín
**Así como el párroco ha ido siempre de la mano con el
terrateniente, así también lo ha hecho el socialismo clerical
con el socialismo feudal**
Eins og presturinn hefur alltaf haldist í hendur við
leigusalann, þannig hefur klerkasósíalismi og feudal sósíalismi
gert það
**Nada es más fácil que dar al ascetismo cristiano un tinte
socialista**

Ekkert er auðveldara en að gefa kristinni ásatrú sósíalískum blæ

¿No ha declamado el cristianismo contra la propiedad privada, contra el matrimonio, contra el Estado?

Hefur ekki kristindómurinn lýst yfir gegn einkaeign, gegn hjónabandi, gegn ríkinu?

¿No ha predicado el cristianismo en lugar de estos, la caridad y la pobreza?

Hefur kristindómurinn ekki prédikað í stað þessa, kærleika og fátækt?

¿Acaso el cristianismo no predica el celibato y la mortificación de la carne, la vida monástica y la Madre Iglesia?

Prédikar kristindómurinn ekki einlífi og dauðsföll holdsins, klausturlíf og móðurkirkju?

El socialismo cristiano no es más que el agua bendita con la que el sacerdote consagra los ardores del corazón del aristócrata

Kristinn sósíalismi er aðeins hið heilaga vatn sem presturinn helgar hjartasviða aðalsmannsins með

b) Socialismo pequeñoburgués
b) Smáborgaralegur sósíalismi

La aristocracia feudal no fue la única clase arruinada por la burguesía
Feudal aðallinn var ekki eina stéttin sem var eyðilögð af borgarastéttinni
no fue la única clase cuyas condiciones de existencia languidecieron y perecieron en la atmósfera de la sociedad burguesa moderna
hún var ekki eina stéttin sem hafði tilveruskilyrði sem píndust og hurfu í andrúmslofti nútíma borgarastéttarsamfélags
Los burgueses medievales y los pequeños propietarios campesinos fueron los precursores de la burguesía moderna
Miðaldaborgarar og smábændaeigendur voru undanfarar nútíma borgarastéttar
En los países poco desarrollados, industrial y comercialmente, estas dos clases siguen vegetando una al lado de la otra
Í þeim löndum sem eru lítt þróuð, iðnaðarlega og viðskiptalega, gróa þessir tveir flokkar enn hlið við hlið
y mientras tanto la burguesía se levanta junto a ellos: industrial, comercial y políticamente
og á meðan rís borgarastéttin upp við hlið þeirra: iðnaðarlega, viðskiptalega og pólitískt
En los países donde la civilización moderna se ha desarrollado plenamente, se ha formado una nueva clase de pequeña burguesía
Í löndum þar sem nútíma siðmenning er orðin fullþróuð hefur ný stétt smáborgarastéttar myndast
esta nueva clase social fluctúa entre el proletariado y la burguesía
þessi nýja þjóðfélagsstétt sveiflast milli öreigastéttarinnar og borgarastéttarinnar
y siempre se renueva como parte complementaria de la sociedad burguesa

og hún er sífellt að endurnýja sig sem viðbótarhluti af borgarastéttarsamfélaginu

Sin embargo, los miembros individuales de esta clase son constantemente arrojados al proletariado

Einstökum meðlimum þessarar stéttar er hins vegar stöðugt kastað niður í öreigastéttina

son absorbidos por el proletariado a través de la acción de la competencia

þeir sogast til sín af öreigastéttinni með samkeppni

A medida que la industria moderna se desarrolla, incluso ven acercarse el momento en que desaparecerán por completo como sección independiente de la sociedad moderna

Eftir því sem nútímaiðnaður þróast sjá þeir jafnvel augnablikið nálgast þegar þeir munu hverfa algjörlega sem sjálfstæður hluti nútímasamfélags

Serán reemplazados, en las manufacturas, la agricultura y el comercio, por vigilantes, alguaciles y tenderos

Í stað þeirra í framleiðslu, landbúnaði og verslun koma umsjónarmenn, fógetar og verslunarmenn

En países como Francia, donde los campesinos constituyen mucho más de la mitad de la población

Í löndum eins og Frakklandi, þar sem bændur eru mun meira en helmingur íbúanna

era natural que hubiera escritores que se pusieran del lado del proletariado contra la burguesía

það var eðlilegt að til væru rithöfundar sem stóðu með öreigastéttinni gegn borgarastéttinni

en su crítica al régimen burgués utilizaron el estandarte de la pequeña burguesía campesina

í gagnrýni sinni á borgarastéttina notuðu þeir mælikvarða bænda og smáborgarastéttar

Y desde el punto de vista de estas clases intermedias, toman el garrote de la clase obrera

og frá sjónarhóli þessara millistétta taka þeir upp kúlu fyrir verkalýðinn

Así surgió el socialismo pequeñoburgués, del que Sismondi era el jefe de esta escuela, no sólo en Francia, sino también en Inglaterra

Þannig varð til smáborgarastéttarsósíalismi, sem Sismondi var yfirmaður þessa skóla, ekki aðeins í Frakklandi heldur einnig í Englandi

Esta escuela del socialismo diseccionó con gran agudeza las contradicciones de las condiciones de producción moderna

Þessi skóli sósíalismans krufði af mikilli nákvæmni mótsagnirnar í aðstæðum nútíma framleiðslu

Esta escuela puso al descubierto las apologías hipócritas de los economistas

Þessi skóli afhjúpaði hræsnisfulla afsökunarbeiðni hagfræðinga

Esta escuela demostró, incontrovertiblemente, los efectos desastrosos de la maquinaria y de la división del trabajo

Þessi skóli sannaði, óumdeilanlega, hörmulegar afleiðingar véla og verkaskiptingar

Probó la concentración del capital y de la tierra en pocas manos

það sannaði samþjöppun fjármagns og lands á fáum höndum

demostró cómo la sobreproducción conduce a las crisis de la burguesía

hún sannaði hvernig offramleiðsla leiðir til kreppu borgarastéttarinnar

señalaba la ruina inevitable de la pequeña burguesía y del campesino

hún benti á óhjákvæmilega eyðileggingu smáborgarastéttarinnar og bændanna

la miseria del proletariado, la anarquía en la producción, las desigualdades flagrantes en la distribución de la riqueza

eymd öreigastéttarinnar, stjórnleysi í framleiðslunni, hrópandi ójöfnuður í dreifingu auðs

Mostró cómo el sistema de producción lidera la guerra industrial de exterminio entre naciones

Það sýndi hvernig framleiðslukerfið leiðir iðnaðarstríð
útrýmingar milli þjóða
**la disolución de los viejos lazos morales, de las viejas
relaciones familiares, de las viejas nacionalidades**
upplausn gamalla siðferðisbanda, gömlu
fjölskyldutengslanna, gömlu þjóðernanna
**Sin embargo, en sus objetivos positivos, esta forma de
socialismo aspira a lograr una de dos cosas**
Í jákvæðum markmiðum sínum leitast þessi tegund sósíalisma
hins vegar við að ná öðru af tvennu
**o bien pretende restaurar los antiguos medios de producción
y de intercambio**
annað hvort miðar það að því að endurreisa gömlu
framleiðslu- og skiptiaðferðirnar
**y con los viejos medios de producción restauraría las viejas
relaciones de propiedad y la vieja sociedad**
og með gömlu framleiðslutækjunum myndi það endurreisa
gömul eignatengsl og gamla samfélagið
**o pretende apretar los medios modernos de producción e
intercambio en el viejo marco de las relaciones de propiedad**
eða það miðar að því að þrengja nútíma framleiðslu- og
skiptimáta inn í gamla ramma eignatengslanna
En cualquier caso, es a la vez reaccionario y utópico
Í báðum tilvikum er það bæði afturhaldssamt og útópískt
**Sus últimas palabras son: gremios corporativos para la
manufactura, relaciones patriarcales en la agricultura**
Síðustu orð þess eru: fyrirtækjafélög fyrir framleiðslu,
feðraveldistengsl í landbúnaði
**En última instancia, cuando los obstinados hechos históricos
habían dispersado todos los efectos embriagadores del
autoengaño**
Að lokum, þegar þrjóskar sögulegar staðreyndir höfðu dreift
öllum vímuáhrifum sjálfsblekkingar
**esta forma de socialismo terminó en un miserable ataque de
lástima**

þessi tegund sósíalisma endaði með ömurlegu
meðaumkunarkasti

c) Socialismo alemán o "verdadero"
c) Þýskur, eða "sannur" sósíalismi

**La literatura socialista y comunista de Francia se originó
bajo la presión de una burguesía en el poder**
Sósíalískar og kommúnískar bókmenntir Frakklands urðu til
undir þrýstingi borgarastéttar við völd
**Y esta literatura era la expresión de la lucha contra este
poder**
og þessar bókmenntir voru tjáning baráttunnar gegn þessu
valdi
**se introdujo en Alemania en un momento en que la
burguesía acababa de comenzar su lucha contra el
absolutismo feudal**
hún var kynnt til Þýskalands á þeim tíma þegar borgarastéttin
var nýbyrjuð í baráttu sinni við einveldi lénsins
**Los filósofos alemanes, los aspirantes a filósofos y los beaux
esprits, se apoderaron con avidez de esta literatura**
Þýskir heimspekingar, tilvonandi heimspekingar og beaux
esprits, gripu ákaft þessar bókmenntir
**pero olvidaron que los escritos emigraron de Francia a
Alemania sin traer consigo las condiciones sociales francesas**
en þeir gleymdu því að ritin fluttust frá Frakklandi til
Þýskalands án þess að koma frönskum þjóðfélagsaðstæðum
með sér
**En contacto con las condiciones sociales alemanas, esta
literatura francesa perdió toda su significación práctica
inmediata**
Í snertingu við þýskar þjóðfélagsaðstæður misstu þessar
frönsku bókmenntir alla hagnýta þýðingu sína

y la literatura comunista de Francia asumió un aspecto puramente literario en los círculos académicos alemanes

og kommúnískar bókmenntir Frakklands tóku á sig hreina bókmenntalega hlið í þýskum fræðimönnum

Así, las exigencias de la primera Revolución Francesa no eran más que las exigencias de la "Razón Práctica"

Þannig voru kröfur fyrstu frönsku byltingarinnar ekkert annað en kröfur "hagnýtrar skynsemi"

y la expresión de la voluntad de la burguesía revolucionaria francesa significaba a sus ojos la ley de la voluntad pura

og yfirlýsing viljayfirlýsingar frönsku byltingarborgarastéttarinnar táknaði í augum þeirra lögmál hins hreina vilja

significaba la Voluntad tal como estaba destinada a ser; de la verdadera Voluntad humana en general

það táknaði Will eins og það hlyti að vera; af sönnum mannlegum vilja almennt

El mundo de los literatos alemanes consistía únicamente en armonizar las nuevas ideas francesas con su antigua conciencia filosófica

Heimur þýskra bókmennta fólst eingöngu í því að koma hinum nýju frönsku hugmyndum í samræmi við forna heimspekilega samvisku þeirra

o mejor dicho, se anexionaron las ideas francesas sin abandonar su propio punto de vista filosófico

eða réttara sagt, þeir innlimuðu frönsku hugmyndirnar án þess að yfirgefa sitt eigið heimspekilega sjónarmið

Esta anexión se llevó a cabo de la misma manera en que se apropia una lengua extranjera, es decir, por traducción

Þessi innlimun átti sér stað á sama hátt og erlent tungumál er eignað, nefnilega með þýðingu

Es bien sabido cómo los monjes escribieron vidas tontas de santos católicos sobre manuscritos

Það er vel þekkt hvernig munkarnir skrifuðu kjánalegt líf kaþólskra heilagra yfir handritum

los manuscritos sobre los que se habían escrito las obras
clásicas del antiguo paganismo
handritin sem klassísk rit fornheiðingja höfðu verið skrifuð á
**Los literatos alemanes invirtieron este proceso con la
literatura profana francesa**
Þýskir bókmenntamenn sneru þessu ferli við með blótsyrðum
frönskum bókmenntum
Escribieron sus tonterías filosóficas bajo el original francés
Þeir skrifuðu heimspekilegt bull sitt undir frönsku frumritinu
**Por ejemplo, debajo de la crítica francesa a las funciones
económicas del dinero, escribieron "Alienación de la
humanidad"**
Til dæmis, undir gagnrýni Frakka á efnahagslega virkni
peninga, skrifuðu þeir "Firring mannkynsins"
**debajo de la crítica francesa al Estado burgués escribieron
"destronamiento de la categoría de general"**
undir gagnrýni Frakka á borgarastéttina skrifuðu þeir "afnám
flokks hershöfðingjans"
**La introducción de estas frases filosóficas en el reverso de
las críticas históricas francesas las denominó:**
Innleiðing þessara heimspekilegu setninga aftan við frönsku
sagnfræðigagnrýnina sem þeir kölluðu:
**"Filosofía de la acción", "Socialismo verdadero", "Ciencia
alemana del socialismo", "Fundamentos filosóficos del
socialismo", etc**
"Heimspeki athafna," "Sannur sósíalismi", "Þýsk vísindi um
sósíalisma", "Heimspekilegur grundvöllur sósíalisma" og svo
framvegis
**De este modo, la literatura socialista y comunista francesa
quedó completamente castrada**
Franskar sósíalískar og kommúnískar bókmenntir voru
þannig algjörlega afmáðar
**en manos de los filósofos alemanes dejó de expresar la lucha
de una clase con la otra**
í höndum þýskra heimspekinga hætti hún að tjá baráttu
annarrar stéttar við hina

y así los filósofos alemanes se sintieron conscientes de haber superado la "unilateralidad francesa"

og því fundu þýsku heimspekingarnir sig meðvitaða um að hafa sigrast á "frönsku einhliða"

no tenía que representar requisitos verdaderos, sino que representaba requisitos de verdad

hún þurfti ekki að tákna sannar kröfur, heldur táknaði hún kröfur sannleikans

no había interés en el proletariado, más bien, había interés en la Naturaleza Humana

það var enginn áhugi á verkalýðnum, heldur var áhugi á mannlegu eðli

el interés estaba en el Hombre en general, que no pertenece a ninguna clase y no tiene realidad

áhuginn var á manninum almennt, sem tilheyrir engri stétt og á sér engan veruleika

Un hombre que sólo existe en el brumoso reino de la fantasía filosófica

maður sem er aðeins til í þokukenndu ríki heimspekilegrar fantasíu.

pero con el tiempo este colegial socialismo alemán también perdió su inocencia pedante

en að lokum missti þessi skólastrákur þýski sósíalisminn líka pedantiskt sakleysi sitt

la burguesía alemana, y especialmente la burguesía prusiana, lucharon contra la aristocracia feudal

þýska borgarastéttin, og sérstaklega prússneska borgarastéttin, börðust gegn feudal aðalsstétt

la monarquía absoluta de Alemania y Prusia también estaba siendo combatida

var einnig verið að brjótast gegn algjöru konungdæmi Þýskalands og Prússlands

Y a su vez, la literatura del movimiento liberal también se hizo más seria

og aftur á móti urðu bókmenntir frjálslyndu hreyfingarinnar einnig alvarlegri

Se le ofreció a Alemania la tan deseada oportunidad del "verdadero" socialismo

Lengi þráð tækifæri Þýskalands til "sanns" sósíalisma bauðst

la oportunidad de confrontar al movimiento político con las reivindicaciones socialistas

tækifæri til að takast á við stjórnmálahreyfinguna með kröfum sósíalista

la oportunidad de lanzar los anatemas tradicionales contra el liberalismo

tækifærið til að varpa hefðbundnum bannorðum gegn frjálshyggjunni

la oportunidad de atacar al gobierno representativo y a la competencia burguesa

tækifæri til að ráðast á fulltrúastjórn og samkeppni borgarastéttarinnar

Libertad de prensa burguesa, Legislación burguesa, Libertad e igualdad burguesa

Fjölmiðlafrelsi borgarastéttarinnar, löggjöf borgarastéttarinnar, frelsi og jafnrétti borgarastéttarinnar

Todo esto ahora podría ser criticado en el mundo real, en lugar de en la fantasía

Allt þetta væri nú hægt að gagnrýna í hinum raunverulega heimi, frekar en í ímyndunaraflinu

La aristocracia feudal y la monarquía absoluta habían predicado durante mucho tiempo a las masas

Feudal aðalsstétt og algjört konungsveldi höfðu lengi prédikað fyrir fjöldanum

"El obrero no tiene nada que perder y tiene todo que ganar"

"Vinnandi maðurinn hefur engu að tapa og hann hefur öllu að vinna"

el movimiento burgués también ofrecía la oportunidad de hacer frente a estos tópicos

borgarastéttarhreyfingin bauð einnig upp á tækifæri til að horfast í augu við þessar orðræður

la crítica francesa presuponía la existencia de la sociedad burguesa moderna

franska gagnrýnin gerði ráð fyrir tilvist nútíma borgarastéttarsamfélags

Las condiciones económicas de existencia de la burguesía y la constitución política de la burguesía

Efnahagsleg tilveruskilyrði borgarastéttarinnar og pólitísk stjórnarskrá borgarastéttarinnar

las mismas cosas cuya consecución era el objeto de la lucha pendiente en Alemania

einmitt það sem var markmið yfirvofandi baráttu í Þýskalandi

El estúpido eco del socialismo alemán abandonó estos objetivos justo a tiempo

Kjánalegt bergmál Þýskalands af sósíalisma yfirgaf þessi markmið rétt á örskotsstundu

Los gobiernos absolutos tenían sus seguidores de párrocos, profesores, escuderos y funcionarios

alræðisstjórnirnar höfðu sitt fylgi presta, prófessora, sveitabónda og embættismanna

el gobierno de la época se enfrentó a los levantamientos de la clase obrera alemana con azotes y balas

þáverandi ríkisstjórn mætti uppreisn þýsku verkalýðsstéttar með barsmíðum og byssukúlum

para ellos este socialismo servía de espantapájaros contra la burguesía amenazadora

fyrir þeim þjónaði þessi sósíalismi sem kærkomin fuglahræða gegn ógnandi borgarastétt

y el gobierno alemán pudo ofrecer un postre dulce después de las píldoras amargas que repartió

og þýska ríkisstjórnin gat boðið upp á sætan eftirrétt eftir beisku pillurnar sem hún dreifði

este "verdadero" socialismo servía así a los gobiernos como arma para combatir a la burguesía alemana

þessi "sanni" sósíalismi þjónaði þannig ríkisstjórnunum sem vopn í baráttunni gegn þýsku borgarastéttinni

y, al mismo tiempo, representaba directamente un interés reaccionario; la de los filisteos alemanes

og á sama tíma táknaði það beinlínis afturhaldshagsmuni;
Þýska Filistea

**En Alemania, la pequeña burguesía es la verdadera base
social del actual estado de cosas**

Í Þýskalandi er smáborgarastéttin hinn raunverulegi félagslegi
grundvöllur núverandi ástands

**Una reliquia del siglo XVI que ha ido surgiendo
constantemente bajo diversas formas**

minjar um sextándu öld sem stöðugt hefur verið að skjóta upp
kollinum í ýmsum myndum

**Preservar esta clase es preservar el estado de cosas existente
en Alemania**

Að varðveita þessa stétt er að varðveita núverandi ástand í
Þýskalandi

**La supremacía industrial y política de la burguesía amenaza
a la pequeña burguesía con una destrucción segura**

Iðnaðarleg og pólitísk yfirráð borgarastéttarinnar ógna
smáborgarastéttinni með öruggri tortímingu

**por un lado, amenaza con destruir a la pequeña burguesía a
través de la concentración del capital**

annars vegar hótar hún að eyðileggja smáborgarastéttina með
samþjöppun fjármagns

**por otra parte, la burguesía amenaza con destruirla mediante
el ascenso de un proletariado revolucionario**

á hinn bóginn hótar borgarastéttin að eyðileggja hana með
uppgangi byltingarsinnaðs öreigastéttar

**El "verdadero" socialismo parecía matar estos dos pájaros de
un tiro. Se extendió como una epidemia**

"Sannur" sósíalismi virtist slá þessar tvær flugur í einu höggi.
Það breiddist út eins og faraldur

**El manto de telarañas especulativas, bordado con flores de
retórica, empapado en el rocío de un sentimiento enfermizo**

Skikkja íhugandi kóngulóarvefa, útsaumuð með blómum
mælskulistar, gegnsýrð af dögg sjúklegra tilfinninga

**esta túnica trascendental en la que los socialistas alemanes
envolvían sus tristes "verdades eternas"**

þessi yfirskilvitlega skikkja sem þýskir sósíalistar vöfðu sorglegan "eilífan sannleika" sinn í.

toda la piel y los huesos, sirvieron para aumentar maravillosamente la venta de sus productos entre un público tan

allt skinn og bein, þjónaði til að auka dásamlega sölu á vörum sínum meðal slíks almennings

Y por su parte, el socialismo alemán reconocía, cada vez más, su propia vocación

Og fyrir sitt leyti viðurkenndi þýskur sósíalismi æ meira eigin köllun

estaba llamado a ser el grandilocuente representante de la pequeña burguesía filistea

hún var kölluð til að vera sprengjufullur fulltrúi smáborgarastéttarinnar Filistea

Proclamaba que la nación alemana era la nación modelo, y que el pequeño filisteo alemán era el hombre modelo

Hún lýsti því yfir að þýska þjóðin væri fyrirmyndarþjóðin og þýski smáfilistinn fyrirmyndarmaðurinn

A cada maldad malvada de este hombre modelo le daba una interpretación socialista oculta y superior

Sérhverri illmenni þessa fyrirmyndarmanns gaf það falna, æðri, sósíalíska túlkun

esta interpretación socialista superior era exactamente lo contrario de su carácter real

þessi æðri, sósíalíska túlkun var nákvæmlega andstæða raunverulegs eðlis hennar

Llegó al extremo de oponerse directamente a la tendencia "brutalmente destructiva" del comunismo

Það gekk svo langt að berjast beint gegn "hrottalega eyðileggjandi" tilhneigingu kommúnismans

y proclamó su supremo e imparcial desprecio de todas las luchas de clases

og hún lýsti yfir æðstu og óhlutdrægu fyrirlitningu sinni á allri stéttabaráttu

Con muy pocas excepciones, todas las publicaciones
llamadas socialistas y comunistas que ahora (1847) circulan
en Alemania pertenecen al dominio de esta literatura sucia y
enervante

Með örfáum undantekningum tilheyra öll svokölluð rit
sósíalista og kommúnista, sem nú (1847) eru í dreifingu í
Þýskalandi, léni þessara ljótu og pirrandi bókmennta

2) Socialismo conservador o socialismo burgués
2) Íhaldssamur sósíalismi, eða borgarastéttarsósíalismi

Una parte de la burguesía está deseosa de reparar los agravios sociales
Hluti borgarastéttarinnar þráir að bæta úr félagslegum kvörtunum
con el fin de asegurar la continuidad de la sociedad burguesa
til að tryggja áframhaldandi tilveru borgarastéttarsamfélagsins
A esta sección pertenecen economistas, filántropos, humanistas
Til þessa hluta tilheyra hagfræðingar, mannvinir, mannvinir
mejoradores de la condición de la clase obrera y organizadores de la caridad
bætandi ástand verkalýðsins og skipuleggjendur góðgerðarmála
Miembros de las Sociedades para la Prevención de la Crueldad contra los Animales
Meðlimir félaga til að koma í veg fyrir grimmd gegn dýrum
fanáticos de la templanza, reformadores de todo tipo imaginable
Hófsemisofstækismenn, umbótasinnar af öllum hugsanlegum gerðum
Esta forma de socialismo, además, ha sido elaborada en sistemas completos
Þessi tegund sósíalisma hefur ennfremur verið unnin í fullkomin kerfi
Podemos citar la "Philosophie de la Misère" de Proudhon como ejemplo de esta forma
Við getum nefnt "Philosophie de la Misère" eftir Proudhon sem dæmi um þetta form
La burguesía socialista quiere todas las ventajas de las condiciones sociales modernas
Sósíalíska borgarastéttin vill alla kosti nútíma þjóðfélagsaðstæðna

pero la burguesía socialista no quiere necesariamente las luchas y los peligros resultantes

en sósíalíska borgarastéttin vill ekki endilega þá baráttu og hættur sem af því hlýst

Desean el estado actual de la sociedad, menos sus elementos revolucionarios y desintegradores

Þeir þrá núverandi ástand samfélagsins, að frádregnum byltingarkenndum og sundrandi þáttum þess

en otras palabras, desean una burguesía sin proletariado

með öðrum orðum, þeir óska eftir borgarastétt án öreigastéttar

La burguesía concibe naturalmente el mundo en el que es supremo ser el mejor

Borgarastéttin hugsar sér náttúrulega þann heim þar sem það er æðst að vera bestur

y el socialismo burgués desarrolla esta cómoda concepción en varios sistemas más o menos completos

og borgarastéttarsósíalisminn þróar þessa þægilegu hugmynd í ýmis meira og minna fullkomin kerfi

les gustaría mucho que el proletariado marchara directamente hacia la Nueva Jerusalén social

þeir myndu mjög gjarnan vilja að öreigastéttin gengi strax inn í hina félagslegu Nýju Jerúsalem

pero en realidad requiere que el proletariado permanezca dentro de los límites de la sociedad existente

en í raun krefst það þess að öreigastéttin haldi sig innan marka núverandi samfélags

piden al proletariado que abandone todas sus ideas odiosas sobre la burguesía

þeir biðja öreigastéttina að varpa burt öllum hatursfullum hugmyndum sínum um borgarastéttina

hay una segunda forma más práctica, pero menos sistemática, de este socialismo

það er til önnur hagnýtari, en ekki eins kerfisbundin, mynd af þessum sósíalisma

Esta forma de socialismo buscaba despreciar todo movimiento revolucionario a los ojos de la clase obrera

Þessi tegund sósíalisma reyndi að gera lítið úr sérhverri
byltingarhreyfingu í augum verkalýðsins
**Argumentan que ninguna mera reforma política podría ser
ventajosa para ellos**
Þeir halda því fram að engar pólitískar umbætur geti verið
þeim til hagsbóta
**Sólo un cambio en las condiciones materiales de existencia
en las relaciones económicas es beneficioso**
aðeins breyting á efnislegum tilvistarskilyrðum í
efnahagslegum tengslum er til bóta
**Al igual que el comunismo, esta forma de socialismo aboga
por un cambio en las condiciones materiales de existencia**
Líkt og kommúnismi er þessi tegund sósíalisma talsmaður
breytinga á efnislegum skilyrðum tilverunnar
**sin embargo, esta forma de socialismo no sugiere en modo
alguno la abolición de las relaciones de producción
burguesas**
þó bendir þetta form sósíalisma engan veginn til afnáms
framleiðslutengsla borgarastéttarinnar
**la abolición de las relaciones de producción burguesas sólo
puede lograrse mediante una revolución**
afnám framleiðslutengsla borgarastéttarinnar er aðeins hægt
að ná með byltingu
**Pero en lugar de una revolución, esta forma de socialismo
sugiere reformas administrativas**
En í stað byltingar leggur þessi tegund sósíalisma til umbóta í
stjórnsýslunni
**y estas reformas administrativas se basarían en la
continuidad de estas relaciones**
og þessar stjórnsýsluumbætur myndu byggjast á
áframhaldandi tilvist þessara samskipta
**reformas, por lo tanto, que no afectan en ningún aspecto a
las relaciones entre el capital y el trabajo**
umbætur sem hafa ekki áhrif á tengsl fjármagns og vinnuafls
**en el mejor de los casos, tales reformas disminuyen el costo
y simplifican el trabajo administrativo del gobierno burgués**

í besta falli draga slíkar umbætur úr kostnaði og einfalda stjórnsýslustarf borgarastéttarinnar

El socialismo burgués alcanza una expresión adecuada cuando, y sólo cuando, se convierte en una mera figura retórica

Borgaralegur sósíalismi nær fullnægjandi tjáningu, þegar, og aðeins þegar, hann verður aðeins myndmál

Libre comercio: en beneficio de la clase obrera

Frjáls viðskipti: í þágu verkalýðsins

Deberes protectores: en beneficio de la clase obrera

Verndarskyldur: í þágu verkalýðsins

Reforma Penitenciaria: en beneficio de la clase trabajadora

Umbætur í fangelsismálum: í þágu verkalýðsins

Esta es la última palabra y la única palabra seria del socialismo burgués

Þetta er síðasta orðið og eina alvarlega meinta orðið um borgarastéttar-sósíalisma

Se resume en la frase: la burguesía es una burguesía en beneficio de la clase obrera

Það er dregið saman í setningunni: Borgarastéttin er borgarastétt í þágu verkalýðsins

3) Socialismo crítico-utópico y comunismo
3) Gagnrýninn-útópískur sósíalismi og kommúnismi

No nos referimos aquí a esa literatura que siempre ha dado voz a las reivindicaciones del proletariado
Hér er ekki átt við þær bókmenntir sem alltaf hafa gefið kröfum öreigastéttarinnar rödd
esto ha estado presente en todas las grandes revoluciones modernas, como los escritos de Babeuf y otros
þetta hefur verið til staðar í öllum stórum nútímabyltingum, svo sem ritum Babeufs og annarra
Las primeras tentativas directas del proletariado para alcanzar sus propios fines fracasaron necesariamente
Fyrstu beinu tilraunir öreigastéttarinnar til að ná eigin markmiðum mistókst óhjákvæmilega
Estos intentos se hicieron en tiempos de excitación universal, cuando la sociedad feudal estaba siendo derrocada
Þessar tilraunir voru gerðar á tímum almennrar spennu, þegar lénssamfélagið var steypt af stóli
El entonces subdesarrollado del proletariado llevó a que fracasaran esos intentos
Óþróað ástand öreigastéttarinnar leiddi til þess að þessar tilraunir mistókust
y fracasaron por la ausencia de las condiciones económicas para su emancipación
og þeim mistókst vegna skorts á efnahagslegum skilyrðum fyrir frelsun þess
condiciones que aún no se habían producido, y que sólo podían ser producidas por la inminente época de la burguesía
aðstæður sem enn átti eftir að skapa og gátu orðið fyrir yfirvofandi borgarastéttartímabil eitt
La literatura revolucionaria que acompañó a estos primeros movimientos del proletariado tuvo necesariamente un carácter reaccionario

Byltingarbókmenntirnar sem fylgdu þessum fyrstu
hreyfingum öreigastéttarinnar höfðu óhjákvæmilega
afturhaldslegt eðli

**Esta literatura inculcó el ascetismo universal y la nivelación
social en su forma más cruda**

Þessar bókmenntir innrættu algilda ásatrú og félagslega
jöfnun í sinni grófustu mynd

**Los sistemas socialista y comunista, propiamente dichos,
surgen en el período temprano no desarrollado**

Sósíalíska og kommúníska kerfið, sem svo er kölluð, verða til
á fyrstu óþróuðu tímabilinu

**Saint-Simon, Fourier, Owen y otros, describieron la lucha
entre el proletariado y la burguesía (ver sección 1)**

Saint-Simon, Fourier, Owen og fleiri, lýstu baráttu
öreigastéttarinnar og borgarastéttarinnar (sjá kafla 1)

**Los fundadores de estos sistemas ven, en efecto, los
antagonismos de clase**

Stofnendur þessara kerfa sjá vissulega stéttaandstæðurnar

**también ven la acción de los elementos en descomposición,
en la forma predominante de la sociedad**

þeir sjá einnig virkni niðurbrotsefnanna, í ríkjandi
samfélagsformi

**Pero el proletariado, todavía en su infancia, les ofrece el
espectáculo de una clase sin ninguna iniciativa histórica**

En öreigastéttin býður þeim upp á sjónarspil stéttar án
nokkurs sögulegs frumkvæðis

**Ven el espectáculo de una clase social sin ningún
movimiento político independiente**

þeir sjá sjónarspil þjóðfélagsstéttar án sjálfstæðrar
stjórnmálahreyfingar

**El desarrollo del antagonismo de clase sigue el mismo ritmo
que el desarrollo de la industria**

þróun stéttaandstæðna heldur í við þróun iðnaðarins

**De modo que la situación económica no les ofrece todavía
las condiciones materiales para la emancipación del
proletariado**

Þannig að efnahagsástandið býður þeim ekki enn efnisleg
skilyrði fyrir frelsi öreigastéttarinnar
**Por lo tanto, buscan una nueva ciencia social, nuevas leyes
sociales, que creen estas condiciones**
Þeir leita því að nýjum félagsvísindum, eftir nýjum
félagslegum lögmálum, sem eiga að skapa þessar aðstæður
acción histórica es ceder a su acción inventiva personal
sögulegar athafnir eru að láta undan persónulegum
uppfinningaverkum sínum
**Las condiciones de emancipación creadas históricamente
han de ceder ante condiciones fantásticas**
sögulega skapaðar frelsisaðstæður eiga að víkja fyrir
stórkostlegum aðstæðum
**y la organización gradual y espontánea de clase del
proletariado debe ceder ante la organización de la sociedad**
og hin smám saman, sjálfsprottna stéttaskipulag
öreigastéttarinnar á að víkja fyrir skipulagi samfélagsins
**la organización de la sociedad especialmente ideada por
estos inventores**
skipulag samfélagsins sem þessir uppfinningamenn hafa
sérstaklega skapað
**La historia futura se resuelve, a sus ojos, en la propaganda y
en la realización práctica de sus planes sociales**
Framtíðarsagan leysist í þeirra augum upp í áróðri og
framkvæmd félagslegra áætlana þeirra
**En la formación de sus planes son conscientes de
preocuparse principalmente por los intereses de la clase
obrera**
Við mótun áætlana sinna eru þeir meðvitaðir um að hugsa
fyrst og fremst um hagsmuni verkalýðsins
**Sólo desde el punto de vista de ser la clase más sufriente
existe el proletariado para ellos**
Aðeins frá því sjónarmiði að vera þjáðasta stétt er öreigastéttin
til fyrir þá
**El estado subdesarrollado de la lucha de clases y su propio
entorno informan sus opiniones**

Óþróað ástand stéttabaráttunnar og þeirra eigið umhverfi
mótar skoðanir þeirra

**Los socialistas de este tipo se consideran muy superiores a
todos los antagonismos de clase**

Sósíalistar af þessu tagi telja sig miklu æðri öllum
stéttaandstæðum

**Quieren mejorar la condición de todos los miembros de la
sociedad, incluso la de los más favorecidos**

Þeir vilja bæta kjör allra þjóðfélagsþegna, jafnvel þeirra sem
best mega sín

**De ahí que habitualmente atraigan a la sociedad en general,
sin distinción de clase**

Þess vegna höfða þeir venjulega til samfélagsins í heild, án
aðgreiningar á stéttum

**Es más, apelan a la sociedad en general con preferencia a la
clase dominante**

nei, þeir höfða til samfélagsins í heild með því að kjósa frekar
valdastéttina

**Para ellos, todo lo que se requiere es que los demás
entiendan su sistema**

fyrir þeim þarf það eina sem þarf að aðrir skilji kerfið þeirra

**Porque, ¿cómo puede la gente no ver que el mejor plan
posible es para el mejor estado posible de la sociedad?**

Því hvernig getur fólk ekki séð að besta mögulega áætlunin er
fyrir besta mögulega ástand samfélagsins?

**Por lo tanto, rechazan toda acción política, y especialmente
toda acción revolucionaria**

Þess vegna hafna þeir öllum pólitískum, og sérstaklega öllum
byltingarkenndum, aðgerðum

desean alcanzar sus fines por medios pacíficos

þeir vilja ná markmiðum sínum með friðsamlegum hætti

**se esfuerzan, mediante pequeños experimentos, que están
necesariamente condenados al fracaso**

þeir leitast við með litlum tilraunum, sem eru óhjákvæmilega
dæmdar til að mistakast

y con la fuerza del ejemplo tratan de abrir el camino al nuevo Evangelio social

og með krafti fordæmis reyna þeir að ryðja brautina fyrir hið nýja félagslega fagnaðarerindi

Cuadros tan fantásticos de la sociedad futura, pintados en un momento en que el proletariado se encuentra todavía en un estado muy subdesarrollado

Þvílíkar stórkostlegar myndir af framtíðarsamfélagi, dregnar upp á tímum þegar öreigastéttin er enn í mjög vanþróuðu ástandi

y todavía no tiene más que una concepción fantástica de su propia posición

og það hefur enn aðeins ævintýralega hugmynd um eigin stöðu

pero sus primeros anhelos instintivos corresponden a los anhelos del proletariado

en fyrstu eðlislægu þrár þeirra samsvara þrám öreigastéttarinnar

Ambos anhelan una reconstrucción general de la sociedad

Báðir þrá almenna endurreisn samfélagsins

Pero estas publicaciones socialistas y comunistas también contienen un elemento crítico

En þessi rit sósíalista og kommúnista innihalda einnig mikilvægan þátt

Atacan todos los principios de la sociedad existente

Þeir ráðast á allar meginreglur núverandi samfélags

De ahí que estén llenos de los materiales más valiosos para la ilustración de la clase obrera

Þess vegna eru þeir fullir af dýrmætustu efnum til uppljómunar verkalýðsins

Proponen la abolición de la distinción entre la ciudad y el campo, y la familia

þeir leggja til að aðgreiningin milli borgar og sveita verði afnumin og fjölskyldunnar

la supresión de la explotación de industrias por cuenta de los particulares

afnám iðnreksturs í þágu einkaaðila

y la abolición del sistema salarial y la proclamación de la armonía social

og afnám launakerfisins og boðun félagslegrar sáttar

la conversión de las funciones del Estado en una mera superintendencia de la producción

umbreytingu á störfum ríkisins í aðeins eftirlit með framleiðslunni

Todas estas propuestas, apuntan únicamente a la desaparición de los antagonismos de clase

Allar þessar tillögur benda eingöngu til þess að stéttaandstæður hverfi

Los antagonismos de clase estaban, en ese momento, apenas surgiendo

Stéttaandstæður voru á þessum tíma aðeins að skjóta upp kollinum

En estas publicaciones estos antagonismos de clase se reconocen sólo en sus formas más tempranas, indistintas e indefinidas

Í þessum ritum eru þessar stéttaandstæður aðeins viðurkenndar í elstu, ógreinilegri og óskilgreindri mynd sinni

Estas propuestas, por lo tanto, son de carácter puramente utópico

Þessar tillögur eru því eingöngu útópískar

La importancia del socialismo crítico-utópico y del comunismo guarda una relación inversa con el desarrollo histórico

Mikilvægi gagnrýninn-útópísks sósíalisma og kommúnisma er í öfugu sambandi við sögulega þróun

La lucha de clases moderna se desarrollará y continuará tomando forma definitiva

stéttabarátta nútímans mun þróast og halda áfram að taka á sig ákveðna mynd

Esta fantástica posición del concurso perderá todo valor práctico

Þessi frábæra staða frá keppninni mun missa allt hagnýtt gildi

Estos fantásticos ataques a los antagonismos de clase perderán toda justificación teórica

Þessar frábæru árásir á stéttaandstæður munu missa alla fræðilega réttlætingu

Los creadores de estos sistemas fueron, en muchos aspectos, revolucionarios

Upphafsmenn þessara kerfa voru að mörgu leyti byltingarkenndir

pero sus discípulos han formado, en todos los casos, meras sectas reaccionarias

en lærisveinar þeirra hafa í öllum tilvikum aðeins myndað afturhaldssama sértrúarsöfnuði

Se aferran firmemente a los puntos de vista originales de sus amos

Þeir halda fast í upprunalegar skoðanir húsbænda sinna

Pero estos puntos de vista se oponen al desarrollo histórico progresivo del proletariado

en þessi sjónarmið eru í andstöðu við framsækna sögulega þróun öreigastéttarinnar

Por lo tanto, se esfuerzan, y eso de manera consecuente, por amortiguar la lucha de clases

Þeir leitast því við, og það stöðugt, að deyfa stéttabaráttuna

y se esfuerzan constantemente por reconciliar los antagonismos de clase

og þeir leitast stöðugt við að sætta stéttaandstæðurnar

Todavía sueñan con la realización experimental de sus utopías sociales

Þær dreymir enn um tilraunakennda framkvæmd félagslegra útópía sinna

todavía sueñan con fundar "falansterios" aislados y establecer "colonias domésticas"

þá dreymir enn um að stofna einangraða "phalansteres" og stofna "heimanýlendur"

sueñan con establecer una "Pequeña Icaria": ediciones duodécimas de la Nueva Jerusalén

þá dreymir um að setja upp "Litlu Íkaríu" – duodecimo
útgáfur af Nýju Jerúsalem
y sueñan con realizar todos estos castillos en el aire
og þá dreymir um að gera alla þessa kastala í loftinu að
veruleika
se ven obligados a apelar a los sentimientos y a las carteras
de los burgueses
þeir neyðast til að höfða til tilfinninga og veskja
borgarastéttarinnar
Poco a poco se hunden en la categoría de los socialistas
conservadores reaccionarios descritos anteriormente
Smám saman sökkva þeir í flokk afturhaldssamra íhaldssamra
sósíalista sem lýst er hér að ofan
sólo se diferencian de ellos por una pedantería más
sistemática
þeir eru aðeins frábrugðnir þessum með kerfisbundnari
pedantry
y se diferencian por su creencia fanática y supersticiosa en
los efectos milagrosos de su ciencia social
og þeir eru frábrugðnir með ofstækisfullri og hjátrúarfullri trú
sinni á kraftaverkaáhrif félagsvísinda sinna
Por lo tanto, se oponen violentamente a toda acción política
por parte de la clase obrera
Þeir eru því harðlega andvígir öllum pólitískum aðgerðum af
hálfu verkalýðsins
tal acción, según ellos, sólo puede ser el resultado de una
ciega incredulidad en el nuevo Evangelio
slíkar athafnir, samkvæmt þeim, geta aðeins stafað af blindri
vantrú á nýja fagnaðarerindið
Los owenistas en Inglaterra y los fourieristas en Francia,
respectivamente, se oponen a los cartistas y a los reformistas
Owenítar í Englandi og Fourieristar í Frakklandi, í sömu röð,
eru andsnúnir chartistum og "Réformistes"

Posición de los comunistas en relación con los diversos partidos de oposición existentes
Afstaða kommúnista gagnvart hinum ýmsu andstæðu flokkum sem fyrir voru

La sección II ha dejado claras las relaciones de los comunistas con los partidos obreros existentes
II. kafli hefur skýrt tengsl kommúnista við núverandi verkalýðsflokka

como los cartistas en Inglaterra y los reformadores agrarios en América
eins og chartistarnir í Englandi og landbúnaðarsiðbótarmennirnir í Ameríku

Los comunistas luchan por el logro de los objetivos inmediatos
Kommúnistar berjast fyrir því að nást markmiðunum

Luchan por la imposición de los intereses momentáneos de la clase obrera
þeir berjast fyrir því að framfylgja augnablikshagsmunum verkalýðsins

Pero en el movimiento político del presente, también representan y cuidan el futuro de ese movimiento
en í stjórnmálahreyfingu nútímans eru þeir einnig fulltrúar og sjá um framtíð þeirrar hreyfingar

En Francia, los comunistas se alían con los socialdemócratas
Í Frakklandi ganga kommúnistar í bandalag við sósíaldemókrata

y se posicionan contra la burguesía conservadora y radical
og þeir stilla sér upp gegn íhaldssamri og róttækri borgarastétt

sin embargo, se reservan el derecho de tomar una posición crítica respecto de las frases e ilusiones tradicionalmente transmitidas desde la gran Revolución
þó áskilja þeir sér rétt til að taka gagnrýna afstöðu með tilliti til frasa og blekkinga sem hefð er fyrir frá byltingunni miklu

En Suiza apoyan a los radicales, sin perder de vista que este partido está formado por elementos antagónicos

Í Sviss styðja þeir róttæklingana, án þess að missa sjónar á því
að þessi flokkur samanstendur af andstæðingum
en parte de los socialistas democráticos, en el sentido
francés, en parte de la burguesía radical
að hluta til af lýðræðislegum sósíalistum, í frönskum skilningi,
að hluta af róttækri borgarastétt
En Polonia apoyan al partido que insiste en la revolución
agraria como condición primordial para la emancipación
nacional
Í Póllandi styðja þeir flokkinn sem krefst
landbúnaðarbyltingar sem aðalskilyrði þjóðfrelsis
el partido que fomentó la insurrección de Cracovia en 1846
flokkurinn sem kynti undir uppreisninni í Kraká árið 1846
En Alemania luchan con la burguesía cada vez que ésta actúa
de manera revolucionaria
Í Þýskalandi berjast þeir við borgarastéttina hvenær sem hún
hegðar sér á byltingarkenndan hátt
contra la monarquía absoluta, la nobleza feudal y la pequeña
burguesía
gegn algjöru konungsveldinu, lénsríkinu og
smáborgarastéttinni
Pero no cesan, ni por un solo instante, de inculcar en la clase
obrera una idea particular
En þeir hætta aldrei, eitt andartak, að innræta verkalýðnum
eina ákveðna hugmynd
el reconocimiento más claro posible del antagonismo hostil
entre la burguesía y el proletariado
skýrasta mögulega viðurkenning á fjandsamlegri andstöðu
borgarastéttar og öreigastéttar
para que los obreros alemanes puedan utilizar
inmediatamente las armas de que disponen
svo að þýskir verkamenn geti strax notað þau vopn sem þeir
hafa yfir að ráða
las condiciones sociales y políticas que la burguesía debe
introducir necesariamente junto con su supremacía

félagslegum og pólitískum aðstæðum sem borgarastéttin
verður óhjákvæmilega að innleiða ásamt yfirburðum sínum
la caída de las clases reaccionarias en Alemania es inevitable
fall afturhaldsstéttanna í Þýskalandi er óumflýjanlegt
y entonces la lucha contra la burguesía misma puede
comenzar inmediatamente
og þá gæti baráttan gegn borgarastéttinni sjálfri hafist þegar í
stað
Los comunistas dirigen su atención principalmente a
Alemania, porque este país está en vísperas de una
revolución burguesa
Kommúnistar beina athygli sinni aðallega að Þýskalandi,
vegna þess að það land er á barmi borgarastéttarbyltingar
una revolución que está destinada a llevarse a cabo en las
condiciones más avanzadas de la civilización europea
byltingu sem hlýtur að fara fram við þróaðri aðstæður
evrópskrar siðmenningar
y está destinado a llevarse a cabo con un proletariado mucho
más desarrollado
og það hlýtur að fara fram með miklu þróaðri öreigastétt.
un proletariado más avanzado que el de Inglaterra en el
XVII y el de Francia en el siglo XVIII
öreigastétt, lengra komin en í Englandi, var á sautjándu öld og
Frakklands á átjándu öld
y porque la revolución burguesa en Alemania no será más
que el preludio de una revolución proletaria
inmediatamente posterior
og vegna þess að borgarabyltingin í Þýskalandi verður aðeins
undanfari öreigabyltingar sem fylgir strax í kjölfarið
En resumen, los comunistas apoyan en todas partes todo
movimiento revolucionario contra el orden social y político
existente
Í stuttu máli, kommúnistar styðja alls staðar sérhverja
byltingarhreyfingu gegn ríkjandi félagslegri og pólitískri
skipan

En todos estos movimientos ponen en primer plano, como cuestión principal en cada uno de ellos, la cuestión de la propiedad

Í öllum þessum hreyfingum draga þeir fram á sjónarsviðið, sem aðalspurninguna í hverri og einni, eignaspurninguna

no importa cuál sea su grado de desarrollo en ese país en ese momento

Sama hversu mikill þróun þess er í því landi á þeim tíma

Finalmente, trabajan en todas partes por la unión y el acuerdo de los partidos democráticos de todos los países

Loks vinna þeir alls staðar fyrir sameiningu og samkomulag lýðræðisflokka allra landa

Los comunistas desdeñan ocultar sus puntos de vista y sus objetivos

Kommúnistar fyrirlíta að leyna skoðunum sínum og markmiðum

Declaran abiertamente que sus fines sólo pueden alcanzarse mediante el derrocamiento por la fuerza de todas las condiciones sociales existentes

Þeir lýsa því yfir opinberlega að markmiðum þeirra verði aðeins náð með því að kollvarpa öllum núverandi þjóðfélagsaðstæðum með valdi

Que las clases dominantes tiemblen ante una revolución comunista

Látum valdastéttina skjálfa yfir kommúnískri byltingu

Los proletarios no tienen nada que perder más que sus cadenas

Öreigarnir hafa engu að tapa nema fjötrum sínum

Tienen un mundo que ganar

Þeir hafa heiminn að vinna

¡TRABAJADORES DE TODOS LOS PAÍSES, UNÍOS!

VINNANDI MENN ALLRA LANDA, SAMEINIST!